School Plus

പ്രകൃതിയും ജീവനും

ഉത്ഭവവും വികാസവും

prakrithiyum jeevanum

•

dr. r prasannakumar

•

first edition
november 2017

•

typesetting & published
chintha publishers, thiruvananthapuram

•

cover
midas

വിതരണം

ദേശാഭിമാനി ബുക്ക് ഹൗസ്

H O തിരുവനന്തപുരം-695 035
phone: 0471-2303026, 6063026
www.chinthapublishers.com
chinthapublishers@gmail.com

ബ്രാഞ്ചുകൾ

ഹെഡ്ഡാഫീസ് ബ്രാഞ്ച് കുന്നുകുഴി • സ്റ്റാച്യു തിരുവനന്തപുരം • കെ എസ് ആർ ടി സി ബസ് സ്റ്റേഷൻ ആലപ്പുഴ • കെ എസ് ആർ ടി സി ബസ് സ്റ്റേഷൻ എറണാകുളം • മച്ചിങ്ങൽ ലെയ്ൻ തൃശൂർ • ഐ ജി റോഡ് കോഴിക്കോട് • മാവൂർ റോഡ് കോഴിക്കോട് • എൻ ജി ഒ യൂണിയൻ ബിൽഡിങ് കണ്ണൂർ • സെൻട്രൽ ബസ് ടെർമിനൽ കോംപ്ലക്സ് താവക്കര കണ്ണൂർ

CO - SP / 2563 / 4408
ISBN - 978-93-86637-33-8

പ്രകൃതിയും ജീവനും

ഉത്ഭവവും വികാസവും

ഡോ. ആർ പ്രസന്നകുമാർ

ചിന്ത പബ്ലിഷേഴ്സ്
തിരുവനന്തപുരം-695 035

ഡോ. ആർ പ്രസന്നകുമാർ

ശാസ്ത്രാദ്ധ്യാപകനായി ഹൈസ്കൂളിലും തുടർന്ന് സീനിയർ ലക്ചറർ, പ്രിൻസിപ്പാൾ എന്നീ നിലകളിൽ ഡയറ്റിലും സേവനം അനുഷ്ഠിച്ചു. 2006–11 കാലയളവിൽ സർവ്വശിക്ഷാ അഭിയാനിൽ സ്റ്റേറ്റ് പ്രോഗ്രാം ഓഫീസറായി പ്രവർത്തിച്ചു. സ്കൂൾ പാഠ്യപദ്ധതി പരിഷ്കരണം, പാഠപുസ്തക നിർമ്മാണം എന്നിവയിൽ പങ്കെടുത്തിട്ടുണ്ട്.

ശാസ്ത്രസഹവാസ ക്യാമ്പ്, ജൈവവൈവിദ്ധ്യക്യാമ്പ്, സയൻസ് ക്ലബ്ബ് എന്നിവയ്ക്കു വേണ്ടി കൈപ്പുസ്തകങ്ങൾ രചിച്ചിട്ടുണ്ട്. ശാസ്ത്രകഥകൾ, ശാസ്ത്രനാടകങ്ങൾ രചിച്ചിട്ടുണ്ട്.

സീമാറ്റ് - കേരള (State Institute of Educational Management and Training - Kerala)യിൽ ചീഫ് കോ-ഓഡിനേറ്ററായി പ്രവർത്തിച്ചു വരുന്നു.

വിലാസം : അശ്വതി, കുറുമണ്ടൽ,
പരവൂർ, കൊല്ലം.
email : rpkpillai@gmail.com

ഉള്ളടക്കം

പ്രസാധകക്കുറിപ്പ്

ഒരു അംഗീകൃത പാഠ്യപദ്ധതിയുടെ അടിസ്ഥാനത്തിലുള്ള പാഠ്യക്രമമനുസരിച്ചാണ് നമ്മുടെ സ്കൂൾ സമ്പ്രദായത്തിൽ പാഠപുസ്തകങ്ങൾ തയ്യാറാക്കപ്പെടുന്നത്. അംഗീകൃത യോഗ്യതകൾ ഉള്ള അദ്ധ്യാപകർ അതു പഠിപ്പിക്കുന്നു. കുട്ടികൾ അതു പഠിക്കുകയും വിവിധ നിലകളിൽ മാർക്കു നേടി വിജയം കരസ്ഥമാക്കുകയും ചെയ്യുന്നു. ഇതെല്ലാമായിട്ടും തങ്ങൾ പഠിക്കുന്ന പാഠങ്ങളുമായി ബന്ധപ്പെട്ട് അറിഞ്ഞിരിക്കേണ്ടതും പഠിച്ചിരിക്കേണ്ടതുമായ പല അറിവുകളും വിട്ടുപോകുന്നു. പാഠഭാഗങ്ങളിൽ പെട്ടതു തന്നെയും ദുർഗ്രാഹ്യവും വിരസവും ആയതുകൊണ്ട് അവ മനസ്സിൽ പതിയുകയോ അറിവു വളർത്തുകയോ ചെയ്യാതെ പോകുന്നു.

ഇതൊരു കുറവുതന്നെയാണ്. ഈ കുറവ് എങ്ങനെ പരിഹരിക്കാം. അദ്ധ്യാപകരെന്ന നിലയിൽ സമർത്ഥരും എഴുത്തുകാരുമായ അദ്ധ്യാപകരുടെ കൂട്ടായ്മ ഈ വെല്ലുവിളി ഏറ്റെടുക്കുവാൻ തയ്യാറായി. അതിന്റെ ഫലമാണ് *സ്കൂൾ പ്ലസ്* എന്ന പുസ്തകപരമ്പര. പാഠപുസ്തകത്തിൽ നിന്ന് പകർന്നുകിട്ടുന്ന എല്ലാ അറിവിന്റെയും അനുബന്ധ വിവരങ്ങളാണ് ഈ പുസ്തകങ്ങളുടെ ഉള്ളടക്കം. സുഗ്രാഹ്യമായും രസകരമായുമാണ് ഈ പുസ്തകങ്ങൾ രചിക്കപ്പെട്ടിരിക്കുന്നത്. ഓരോ ക്ലാസിലെയും

എല്ലാ കുട്ടികളുടെയും അറിവിന്റെ ചക്രവാളം വികസ്വരമാക്കുവാനും പുതിയ അധികപുസ്തകങ്ങൾ തേടിപ്പിടിച്ചു വായിക്കുവാനും ഈ പുസ്തകപരമ്പര സഹായകമാകും.

പ്രകൃതിയെയും ജീവനെയും സംബന്ധിക്കുന്ന കാര്യങ്ങളാണ് ഈ ഗ്രന്ഥത്തിൽ പരാമർശിക്കുന്നത്. പ്രപഞ്ചവും ജീവനും സംബന്ധിച്ച് ധാരാളം ചോദ്യങ്ങൾ ചോദിക്കുവാനും, ഉത്തരങ്ങൾ തേടുവാനും കുട്ടികളെ പ്രാപ്തരാക്കുക എന്നതാണ് ഈ ഗ്രന്ഥം ലക്ഷ്യമിടുന്നത്. ശാസ്ത്രലോകം നാളിതുവരെ കണ്ടെടുത്ത അറിവുകളിലേക്ക് നമ്മെ ഈ പുസ്തകം നടത്തുന്നു.

ചിന്ത പബ്ലിഷേഴ്സ്

ആമുഖം

ജ്യോതിശാസ്ത്രജ്ഞൻ (Astronomer), പ്രപഞ്ച സവിശേഷതകളെക്കുറിച്ചു പഠിക്കുന്ന ശാസ്ത്രജ്ഞൻ (Cosmologist), ജ്യോതിർഗോളങ്ങളുടെ ഭൗതിക പഠനം നടത്തുന്ന ശാസ്ത്രജ്ഞൻ (Astrophysicist), ജ്യോതിർഗോള ജീവശാസ്ത്രകാരൻ (Astrobiologist), ശാസ്ത്രപ്രചാരകൻ എന്നീ നിലകളിൽ ലോകപ്രശസ്തി നേടിയ ശാസ്ത്രജ്ഞനായിരുന്നു കാൾ സാഗൻ (1934 –1996). കാൾ സാഗൻ (Carl Sagan) അമേരിക്കയിലാണ് ജനിച്ചത്. ഭൂമിക്കുമപ്പുറം ജീവന്റെ സാദ്ധ്യതയെക്കുറിച്ചുള്ള അന്വേഷണങ്ങളാണ് അദ്ദേഹത്തിന്റെ ഏറ്റവും മഹത്തായ ശാസ്ത്ര സംഭാവന. തന്റെ കുട്ടിക്കാലത്തെക്കുറിച്ച് എന്താണ് അദ്ദേഹം പറയുന്നതെന്ന് നമുക്ക് കേൾക്കാം.

“ന്യൂയോർക്കിലെ ബ്രൂക്ക്‌ലിൻ എന്ന പട്ടണം. അവിടെയാണ് ഞാൻ വളർന്നത്. കുറ്റിക്കാടുകളും, വഴിയോരവിളക്കുകാലുകളും, കെട്ടിടങ്ങളും, മതിൽക്കെട്ടുകളും ഒക്കെ കൊണ്ടുനിറഞ്ഞ പ്രദേശം. ശൈത്യകാലം. അതിരാവിലെ ഞാൻ ഉണരും. ജനാലയിലൂടെ ആകാശത്തേക്ക് നോക്കും. നിറയെ നക്ഷത്രങ്ങൾ. ചുറ്റുപാടുമുള്ള വസ്തുക്കളെ ഓർത്തുനോക്കും. നക്ഷത്രങ്ങൾ എന്റെ പരിസരത്തുള്ള ഏതെങ്കിലും വസ്തുപോലെയാണോ? ഞാൻ താരതമ്യം ചെയ്യും. അന്നെനിക്ക് അഞ്ചുവയസ്സു മാത്രം. നക്ഷത്രങ്ങളും ചന്ദ്രനും സൂര്യനും എന്താണവ? എനിക്കറിയില്ലായി

രുന്നു. പക്ഷേ, എന്റെ ചിന്ത വളർന്നു. ഞാൻ പൂർണ്ണ ചന്ദ്രനെ നോക്കും. ഞാൻ കാണുന്ന വശം പോലെയാണോ ചന്ദ്രന്റെ മറു വശവും? സൂര്യപ്രകാശത്തിന് ചൂടുണ്ടല്ലോ. ചന്ദ്രപ്രകാശത്തി നെന്തേ ചൂടില്ലാത്തത്? നക്ഷത്രങ്ങൾ എന്താ ഇത്രയും ചെറുത്? അവ മിന്നുന്നതെന്തുകൊണ്ടാണ്? എന്നെപ്പോലെ കുട്ടികൾ അവി ടെ എവിടെയെങ്കിലും ഉണ്ടാകുമോ? ഞാനാഗ്രഹിച്ചു."

"എനിക്ക് ഒമ്പതു വയസ്സായപ്പോൾ ഞാൻ അമ്മയോട് ചോദി ച്ചു. 'എന്താണ് അമ്മേ നക്ഷത്രങ്ങൾ?' ചന്ദ്രനെക്കുറിച്ചും നക്ഷ ത്രങ്ങളെക്കുറിച്ചുമൊക്കെ അന്ധവിശ്വാസങ്ങളുണ്ടായിരുന്നു. എന്റെ അമ്മ അതൊന്നും എനിക്ക് പറഞ്ഞു തന്നില്ല. 'നീ ഇപ്പോൾ വായനശാലയിൽ അംഗമാണ്. പോകൂ വായനശാലയി ലേക്ക്. ലൈബ്രേറിയനെന്നോടു പറഞ്ഞു നക്ഷത്രങ്ങളെക്കുറി ച്ചുള്ള പുസ്തകമെടുത്തു വായിക്കൂ.' ഞാൻ വായനശാലയി ലേക്കു പോയി. ലൈബ്രേറിയനോട് നക്ഷത്രങ്ങളെക്കുറിച്ചുള്ള പുസ്തകം ചോദിച്ചു. പുസ്തകം കിട്ടിയ ഉടൻ ഞാൻ തറയിൽ ഇരുന്നു വായന തുടങ്ങി. എന്റെ സംശയങ്ങൾക്ക് ഉത്തരം കിട്ടി. കത്തുന്ന വാതകഗോളങ്ങളാണ് നക്ഷത്രങ്ങളെന്നു മനസ്സിലാ ക്കി. സൂര്യനാണ് എന്റെ ഏറ്റവും അടുത്തുള്ള നക്ഷത്രം എന്നു ഞാൻ തിരിച്ചറിഞ്ഞു. ചന്ദ്രൻ ഭൂമിയുടെ ഉപഗ്രഹമാണെന്നറി ഞ്ഞു."

"ആ വായനശാല എന്റെ ഭാവനയ്ക്കു ചിറകുകൾ തന്നു. എനിക്കന്ന് ഊർജ്ജതന്ത്രമോ, ഗണിതശാസ്ത്രമോ വശമില്ലായി രുന്നു. പക്ഷേ, എനിക്ക് ഊഹിക്കാമായിരുന്നു. സൂര്യൻ മറ്റു നക്ഷത്രങ്ങളെപ്പോലെ കാണണമെങ്കിൽ അത് എന്നിൽനിന്നും എത്ര ദൂരം അകന്നു നില്ക്കണമെന്ന്. ഒരു തിളങ്ങുന്ന പൊട്ടു കണക്കെ കാണണമെങ്കിൽ നക്ഷത്രം എത്ര അകലെയാകണം? പ്രപഞ്ചത്തിന്റെ അളവ് എനിക്ക് തുറന്നു തന്നത് ആ വായന ശാലയായിരുന്നു. ആ ചെറു പ്രായത്തിൽത്തന്നെ ഒരു ശാസ്ത്ര കാരനാകണമെന്ന അടങ്ങാത്ത ആഗ്രഹം എന്നിൽ നിറച്ചതും ആ വായനശാലയായിരുന്നു. ഞാൻ എന്റെ പഠനപ്രവർത്തന ങ്ങൾ പാഠപുസ്തകത്തിനപ്പുറം കൊണ്ടുപോയി."

"ശാസ്ത്രം എനിക്കറിയാം എന്നുള്ള ഉറപ്പൊന്നും അന്നെ

നിക്കില്ലായിരുന്നു. പക്ഷേ, പ്രപഞ്ചത്തിന്റെ രഹസ്യങ്ങളുടെ ഉള്ളറകളിലേക്ക് കടക്കാൻ ഞാൻ കൊതിച്ചു. അന്നു മുതൽ ഞാൻ പ്രപഞ്ചത്തെക്കുറിച്ച് എന്റെ മനസ്സിൽ വരുന്നതൊക്കെ എഴുതിവച്ചു."

വായിച്ചുവളർന്ന കാൾ സാഗൻ അങ്ങനെ ലോക പ്രശസ്ത ബഹിരാകാശ ശാസ്ത്രജ്ഞനായി. ചുറ്റുമുള്ള ലോകത്തെ തിരിച്ചറിയുന്നതിന് കുട്ടികൾ സ്വീകരിക്കുന്ന തന്ത്രമാണല്ലോ പഠനപ്രവർത്തനം. കാൾസാഗൻ പാഠപുസ്തകത്തിനപ്പുറത്തേക്ക് പഠനപ്രവർത്തനത്തെ കൊണ്ടുപോയി.

കുട്ടികൾ ജിജ്ഞാസുക്കളാണ്. കാണുന്ന വസ്തുക്കൾ, അവർക്കനുഭവപ്പെട്ട പ്രകൃതി പ്രതിഭാസങ്ങൾ, സാമൂഹ്യ സംഭവങ്ങൾ എന്നിവയെക്കുറിച്ച് അവർ ധാരാളം ചോദ്യങ്ങൾ ചോദിക്കും. എന്തിനാണ് കുട്ടികൾ ചോദ്യങ്ങൾ ചോദിക്കുന്നത്? കുട്ടികൾ തന്റെ പരിസരത്തെ കണ്ടെത്തുന്നതിനും മനസ്സിലാക്കുന്നതിനുംവേണ്ടിയാണ് ചോദ്യങ്ങൾ ചോദിക്കുന്നത്. കാൾ സാഗന്റെ ജിജ്ഞാസയെ വളർത്താൻ അമ്മയെടുത്ത തന്ത്രമെന്തായിരുന്നു? വായനശാലയിലേക്ക് മകനെ പറഞ്ഞു വിടുകയായിരുന്നു. വായനയിലൂടെ കുട്ടിയുടെ അന്വേഷണ നൈപുണികൾക്ക് മൂർച്ചവരുത്തുവാൻ സാധിക്കുമെന്ന് കാൾ സാഗന്റെ കഥ നമ്മെ പഠിപ്പിക്കുന്നു.

അന്വേഷണം നടത്തുവാനുള്ള മനസ്സാണ് കുട്ടികൾക്കുള്ളത്. പ്രകൃതി, ജീവൻ, അവയുടെ ഉത്ഭവം, വികാസം, ഭൂമിക്കുമപ്പുറം ജീവന്റെ സാദ്ധ്യത തുടങ്ങിയ പ്രപഞ്ചവുമായി ബന്ധപ്പെട്ട് ശാസ്ത്രകൗതുകം നിറഞ്ഞ നിരവധി ചോദ്യങ്ങൾ കുട്ടികൾക്ക് ചോദിക്കാനുണ്ടാകും. അതിനുള്ള ഉത്തരങ്ങൾ തേടുവാൻ ഈ പുസ്തകം അവർക്ക് സഹായകരമാകും എന്ന് പ്രത്യാശിക്കുന്നു.

ഡോ. പ്രസന്നകുമാർ

ചോദ്യങ്ങൾ ചോദിക്കാം ധീരരാവാം

രംഗം കുട്ടികളുടെ ഒരു ശാസ്ത്ര സഹവാസ ക്യാമ്പ്. വിഷയം ബഹിരാകാശ വിശേഷങ്ങൾ. ക്യാമ്പിലെ കുട്ടുകാർക്ക് ബഹിരാകാശവുമായി ബന്ധപ്പെട്ട് ഏത് ചോദ്യവും ചോദിക്കാം. ഉത്തരങ്ങൾ കൂട്ടുകാർ തന്നെ പറയണം. കൂട്ടുകാർ പറയുന്ന ഉത്തര ശകലങ്ങളെ കൂട്ടിച്ചേർത്ത് ശരിയുത്തരത്തിലേക്ക് എത്തിക്കുന്ന ജോലിയാണ് ടീച്ചർ ചെയ്യുന്നത്. ഉത്തരം കണ്ടെത്താൻ കഴിയാത്ത ചോദ്യങ്ങൾ വിദഗ്ദ്ധർക്കുവിടും. അവർ കൂട്ടായി ചർച്ച ചെയ്തും വിവിധ സ്രോതസ്സുകൾ പരിശോധിച്ചും അവസാനം ഉത്തരം പറയും. കൗതുകമുണർത്തുന്ന പല ചോദ്യങ്ങളും കൂട്ടുകാർ ചോദിച്ചു. വളരെ ജിജ്ഞാസയോടെ കൂട്ടുകാർ ചോദിച്ച ചില ചോദ്യങ്ങളുണ്ട്.

"ഭൂമിയിലല്ലാതെ മറ്റ് ഇടങ്ങളിൽ ജീവികളുണ്ടോ?"

"ജീവൻ ഭൂമിയിലാണോ ഉണ്ടായത്?"

""അതോ ഭൂമിക്കു പുറത്താണോ?"

"എങ്ങനെയാണ് ജീവനുണ്ടായത്?"

ഇങ്ങനെ അനേകം ചോദ്യങ്ങൾ.

കുട്ടികൾ മാത്രമല്ല മുതിർന്നവരും ചോദിച്ചുകൊണ്ടിരിക്കുന്ന ചോദ്യങ്ങളാണിവ. ഈ ചോദ്യങ്ങൾക്ക് പൂർണ്ണമായ ഉത്തരങ്ങൾ നല്കുവാൻ ശാസ്ത്ര ലോകത്തിന് കഴിഞ്ഞിട്ടില്ല. അതിനുള്ള ശ്രമങ്ങൾ നടന്നു കൊണ്ടിരിക്കുന്നു. തൃപ്തികരമായ ഉത്തരം

നാളെ നമുക്കു ലഭിക്കും. നിങ്ങൾക്കും ഇത്തരം ചോദ്യങ്ങളുണ്ടാവും. നിങ്ങളുടെ കൂട്ടുകാരും നിങ്ങളോട് ഇത്തരം ചോദ്യങ്ങൾ ചോദിക്കും. ഇത്തരം ചോദ്യങ്ങളോട് നമുക്ക് പ്രതികരിക്കേണ്ടേ? എന്തു ചെയ്യും? ഇത്തരം ചോദ്യങ്ങളുമായി ബന്ധപ്പെട്ട് നാളിതുവരെ ശാസ്ത്രലോകം നിർമ്മിച്ചെടുത്ത അറിവുകൾ നമുക്ക് പരിശോധിക്കേണ്ടിവരും. പ്രതികരണങ്ങൾ രൂപീകരിക്കുന്നതിന് അത് നിങ്ങൾക്ക് സഹായകരമാകും.

"പ്രകൃതിയേയും ജീവനെയും സംബന്ധിച്ച പ്രതികരണങ്ങൾ തെളിമയോടെ അവതരിപ്പിക്കാൻ എന്താണ് ചെയ്യേണ്ടത്?"

ക്യാമ്പിൽ പങ്കെടുത്ത ശിവാനിയുടേതാണ് ചോദ്യം.

"പ്രകൃതിയെ നിരീക്ഷിക്കണം."

"പുസ്തകങ്ങൾ വായിക്കണം."

"ടീച്ചറോട് സഹായം ചോദിക്കണം."

"മുതിർന്നവരുടെ സഹായം തേടണം." എന്നിങ്ങനെ പല ഉത്തരങ്ങളും കൂട്ടുകാർ പറഞ്ഞു.

"ഇതുമാത്രം മതിയോ?" ടീച്ചർ ചോദിച്ചു.

"ചർച്ചകളിൽ പങ്കെടുക്കണം.

ചോദ്യങ്ങൾ ഉന്നയിക്കണം.

ചില ചോദ്യങ്ങൾ സ്വയം ചോദിക്കണം.

ചില ചോദ്യങ്ങൾ കൂട്ടുകാരോടും മുതിർന്നവരോടും ചോദിക്കണം.

ചോദ്യങ്ങൾ ചോദിച്ചു ധീരരാവണം. അറിവുകൾ പങ്കുവയ്ക്കണം. അങ്ങനെ ആശയവ്യക്തത കൈവരിക്കണം." ക്യാമ്പിലെ ടീച്ചർമാർ പറഞ്ഞു.

പ്രപഞ്ചവും ജീവനുമായി ബന്ധപ്പെട്ട ചർച്ച ചുറ്റുപാടുമുള്ള ജീവജാലങ്ങളിൽനിന്നും തുടങ്ങിയാലോ? തുടർന്ന് പ്രകൃതിശാസ്ത്രത്തിന്റെ വളർച്ച, പതർച്ച, വികാസ നിയമങ്ങൾ, പരിണാമ സിദ്ധാന്തം തുടങ്ങിയവയുടെ ചർച്ചകളിലൂടെ ഭൂമിക്കുമപ്പുറമുള്ള ജീവജാലങ്ങളുടെ അന്വേഷണത്തിലേക്ക് നമുക്ക് കടക്കാം.

പ്രകൃതിശാസ്ത്രത്തിന്റെ വളർച്ച

ഭൂമിക്കുമപ്പുറമുള്ള ജീവന്റെ സാദ്ധ്യത പരിശോധിക്കുന്നതിന് മുൻപ് പ്രപഞ്ചശാസ്ത്രത്തിന്റെ വളർച്ച, ചിന്താരീതി, പ്രപഞ്ചത്തിന്റെ ആവിർഭാവം തുടങ്ങിയ കാര്യങ്ങളിലൂടെ നമുക്കൊന്ന് കടന്നുപോകേണ്ടതുണ്ട്. ഭൂമിയിലെ ജീവജാലങ്ങളിൽനിന്ന് നമുക്ക് തുടങ്ങാം. വൈവിദ്ധ്യമാർന്ന ജീവജാലങ്ങളാണ് ഭൂമിയിൽ വസിക്കുന്നത്. ഇവയിൽ കണ്ണ് കൊണ്ട് നേരിട്ട് കാണാവുന്ന ജീവജാലങ്ങളും അല്ലാത്തവയും ഉണ്ട്. ജീവജാലങ്ങളുടെ വൈവിദ്ധ്യത്തെക്കുറിച്ച് ചിന്തിച്ചു നോക്കൂ. കരയിലെ വൻ മൃഗങ്ങൾ, പറവകൾ, കാട്ടിലെ വൻ വൃക്ഷങ്ങൾ, സമുദ്രത്തിലെ ഭീമൻ തിമിംഗലങ്ങൾ, കരയിലും കടലിലും ജീവിക്കുന്ന അനേകതരം ചെറുജീവികൾ, മറ്റ് സസ്യജാലങ്ങൾ. അങ്ങനെ പലതരം ജീവികൾ. ഇവയെല്ലാം നമുക്ക് നേരിട്ട് കാണാവുന്ന ജീവികളാണ്. കണ്ണ് കൊണ്ട് നേരിട്ട് കാണാൻ കഴിയാത്ത ബാക്ടീരിയ, വൈറസ് ഉൾപ്പെടുന്ന ജീവി സമൂഹവുമുണ്ട്. ഇവയാണ് സൂക്ഷ്മജീവികൾ. മനുഷ്യന് നേരിട്ട് കാണാവുന്ന ജീവികളേക്കാൾ അനേകമടങ്ങുവരും സൂക്ഷ്മ ജീവികൾ. ഭൂമിയുടെ അവകാശികളാണ് എല്ലാ ജീവജാലങ്ങളും. ഭൂമിയെ സുന്ദരിയാക്കുന്നത് ജീവജാലങ്ങളുടെ വൈവിദ്ധ്യമാണ്.

പ്രകൃതിശാസ്ത്രത്തിന്റെ വളർച്ച

പ്രകൃതിയെ അനുഭവിച്ചറിഞ്ഞ പുരാതന മനുഷ്യൻ ഭയത്തോടെയാണ് പ്രകൃതിയെ സമീപിച്ചത്. ഇടി, മിന്നൽ, പ്രളയം തുടങ്ങി എല്ലാ പ്രകൃതിപ്രതിഭാസങ്ങളെയും അവൻ ഭയന്നിരുന്നു. ഈ ഭയത്തിൽ നിന്നാണ് പ്രകൃതിയെ മറ്റാരോ ആണ് ഭരിക്കുന്നത് എന്ന ചിന്ത വളർന്നുവന്നത്. അങ്ങനെ പ്രപഞ്ചത്തിന് ഒരു സ്രഷ്ടാവ് ഉണ്ട് എന്ന വിശ്വാസം മനുഷ്യമനസ്സുകളിൽ കുടിയേറി. മതം ഉടലെടുത്തപ്പോൾ എല്ലാത്തിനും ഉത്തരവാദിയായി സ്രഷ്ടാവിനെ കണ്ടു. സ്രഷ്ടാവിനെ ബന്ധപ്പെടുത്തി പ്രപഞ്ചഘടന രൂപപ്പെട്ടു. സ്വർഗ്ഗവും നരകവുമൊക്കെ ഈ ഘടനയുടെ ഭാഗമായി. ഭൂമിയെ ലോകത്തിന്റെ കേന്ദ്രമാക്കിയാണ് പ്രപഞ്ചഘടന രൂപീകരിച്ചത്. കാലം കുറേ കഴിഞ്ഞതോടെ മനുഷ്യന്റെ അറിവും വികസിച്ചു. മതതത്ത്വശാസ്ത്രത്തെ പലരും നിരാകരിച്ചു. കൂടുതൽ അറിയാനുള്ള ആഗ്രഹം പല കണ്ടെത്തലുകളിലേക്കും അവരെ നയിച്ചു. ഇതിനിടയിൽ വളർന്നു വന്ന വേറിട്ട ചിന്തകളാണ് പ്രകൃതിശാസ്ത്രത്തിന്റെ വളർച്ചയെ സഹായിച്ചത്. പ്രകൃതിശാസ്ത്രം അടിമുടി വിപ്ലവാത്മകമായിരുന്നു. അതിന് നിലനില്ക്കാനുള്ള അവകാശം തന്നെ സമരം ചെയ്തു നേടേണ്ടി വന്നു. പ്രകൃതിയെക്കുറിച്ചുള്ള സ്വതന്ത്രാന്വേഷണങ്ങളെ മതചിന്തകൾ അടിച്ചമർത്തി. ക്രൂരമായ നടപടികളാണ് അവർ സ്വീകരിച്ചത്. പലരും മതദ്രോഹ വിചാരണയ്ക്ക് വിധേയരായി. കഴുമരങ്ങളിലേക്കും ഇരുട്ടറകളിലേക്കും യാത്രയായി. നിങ്ങൾ കേട്ടിട്ടുണ്ടാകും സെർവിറ്റസിനെ കുറിച്ചും ജോർദ്ദാനോ ബ്രൂണോയെക്കുറിച്ചും. മിഗെൽ സെർവിറ്റസ് (1511 – 1553) നവോത്ഥാന കാലത്തെ സ്പാനിഷ് ശാസ്ത്രജ്ഞനായിരുന്നു. സെർവിറ്റസ് രക്തചംക്രമണം കണ്ടുപിടിക്കുന്നതിന്റെ വക്കത്തെത്തിയപ്പോൾ പ്രൊട്ടെസ്റ്റന്റ് മതത്തിന്റെ സരണിയായ കാൽവിനിസത്തിന്റെ സ്ഥാപകനായ ഴാൻ കാൽവിൻ അദ്ദേഹത്തെ ചിതക്കുറ്റിയിൽ കെട്ടി ദഹിപ്പിച്ചു. രണ്ടുമണിക്കൂർ മുഴുവൻ അദ്ദേഹത്തെ ജീവനോടെ പൊരിച്ചു. സൗരയൂഥത്തിന്റെ കേന്ദ്രം സൂര്യനാണെന്ന് വാദിച്ചതിന് ബ്രൂണോയെ (1548–1600) മതഭ്രാന്തന്മാർ ജീവനോടെ ചുട്ടുകൊന്നു. അങ്ങനെ എത്രയെത്ര രക്തസാക്ഷികൾ.

അരിസ്റ്റോട്ടിലും അരിസ്റ്റോർക്കസും

അരിസ്റ്റോട്ടിലും അരിസ്റ്റോർക്കസും ഗ്രീക്ക് ചിന്തകന്മാരായിരുന്നു. പ്രപഞ്ചത്തെക്കുറിച്ചുള്ള അവരുടെ നിരീക്ഷണങ്ങൾ എന്തൊക്കെയാണെന്ന് നമുക്ക് നോക്കാം.

അരിസ്റ്റോട്ടിൽ (ബി സി 384-325) എന്തൊക്കെയാണ് പറഞ്ഞത്? അരിസ്റ്റോട്ടിലിന് മുമ്പുവരെ ഭൂമി പരന്നതായിരുന്നുവെന്നാണ് എല്ലാവരും വിശ്വസിച്ചിരുന്നത്. അരിസ്റ്റോട്ടിൽ ഭൂമി ഉരുണ്ടതാണെന്ന് പ്രഖ്യാപിച്ചു. അദ്ദേഹം അതിനുള്ള തെളിവുകളും നിരത്തിയിരുന്നു. ചന്ദ്രഗ്രഹണസമയത്ത് ചന്ദ്രബിംബത്തിൽ കാണുന്ന ഭൂമിയുടെ നിഴൽ വൃത്താകാരത്തിലാണ്. ഇതായിരുന്നു ഒരു തെളിവ്. ഭൂഖണ്ഡത്തിൽ തെക്കോട്ടോ വടക്കോട്ടോ നീങ്ങിയാൽ ചില നക്ഷത്രങ്ങളുടെ സ്ഥാനം മാറിക്കാണുന്നു. ഇത് മറ്റൊരു തെളിവായി അദ്ദേഹം ചൂണ്ടിക്കാട്ടി. പക്ഷേ, ഭൂമിയുടെ ചലനം തിരിച്ചറിയാൻ അദ്ദേഹത്തിന് കഴിഞ്ഞില്ല. സൂര്യചന്ദ്രാദി ജോതിർ ഗോളങ്ങളെല്ലാം ഭൂമിയെ കേന്ദ്രമാക്കി കറങ്ങി കൊണ്ടിരിക്കുന്നു എന്ന് അദ്ദേഹം വിശ്വസിച്ചു. അരിസ്റ്റോട്ടിലിനെ ഒരു വലിയ മഹാനായി അന്ന് കണ്ടിരുന്നു. അതുകൊണ്ട് അദ്ദേഹത്തിന്റെ വാദങ്ങളെ അപ്പടി എല്ലാവരും വിശ്വസിച്ചു. ആരും ചോദ്യം ചെയ്തതുമില്ല.

അരിസ്റ്റോർക്കസ് (ബി സി 310 - 230) ഗ്രീസിലെ മറ്റൊരു മഹാനായിരുന്നു. അദ്ദേഹം പറഞ്ഞതെന്താ? ഭൂമിയാണ് സൂര്യനെ ചുറ്റുന്നത്. സൂര്യൻ ഭൂമിയെ ചുറ്റുന്നില്ല. അരിസ്റ്റാർക്കസിന്റെ അഭിപ്രായം ശരിയാണെന്ന് നിങ്ങൾക്കറിയാം. എന്താ സംഭവിച്ചത്? ആരും വിശ്വസിച്ചില്ല. കാരണമെന്താണെന്നോ? അരിസ്റ്റോട്ടിലിന്റെ സിദ്ധാന്തത്തിന് അത് എതിരായിരുന്നു. അരിസ്റ്റോട്ടിലിന്റെ ചിന്തകളെ ചോദ്യം ചെയ്യുന്നതൊന്നും ആരും വിശ്വസിച്ചില്ല. ഭൂമികേന്ദ്രമായുള്ള പ്രപഞ്ച സങ്കല്പം തുടർന്നു. അലക്സാണ്ട്രിയയിൽ ജീവിച്ചിരുന്ന ടോളമി അരിസ്റ്റോട്ടിലിന്റെ ചിന്തകളെ അംഗീകരിച്ചിരുന്നു. ഭൂമി നിശ്ചലമാണെന്നും ആകാശഗോളവും അതിലെ സൂര്യചന്ദ്രാദി ഗ്രഹങ്ങളും നക്ഷത്രങ്ങളും ഭൂമിക്കുചുറ്റും ചുറ്റിത്തിരിയുകയാണെന്ന് ടോളമിയും വാദിച്ചു. ജ്യോതിർഗോളങ്ങളെല്ലാം ഭൂമികേന്ദ്രമായുള്ള പൂർണ്ണവൃത്തങ്ങ

ളിലാണ് സഞ്ചരിക്കുന്നതെന്നും അദ്ദേഹം സിദ്ധാന്തിച്ചു. ഇതെല്ലാം തെറ്റായ സിദ്ധാന്തങ്ങളാണല്ലോ. പ്രകൃതിശാസ്ത്ര സംബന്ധമായ പ്രശ്നങ്ങൾക്കൊന്നും ഉത്തരം കണ്ടെത്താൻ ടോളമിക്കോ പിൻഗാമികൾക്കോ കഴിഞ്ഞില്ല. അങ്ങനെ പ്രകൃതിശാസ്ത്രം ടോളമിക്ക് ശേഷം നിശ്ചലമായി. യൂറോപ്പിൽ അന്നുവരെ ആധിപത്യം പുലർത്തിയിരുന്ന ഗ്രീസിന് അതിന്റെ ആധിപത്യം നഷ്ടപ്പെട്ടു. വിജ്ഞാനത്തിന്റെയും അന്വേഷണങ്ങളുടെയും വിളനിലമായിരുന്ന യൂറോപ്പ് ഒരു അന്ധകാരയുഗത്തിലേക്ക് വഴുതിവീണു.

കോപ്പർ നിക്കസും ബ്രൂണോയും

നൂറ്റാണ്ടുകൾ വേണ്ടിവന്നു പ്രകൃതിശാസ്ത്രത്തിന് എഴുന്നേറ്റ് നില്ക്കാൻ. അരിസ്റ്റോർക്കസിന് ശേഷം ഭൂമിയാണ് സൂര്യനെ ചുറ്റിസഞ്ചരിക്കുന്നതെന്ന് പ്രഖ്യാപിച്ചത് കോപ്പർനിക്കസായിരുന്നു. ഭൂമി മാത്രമല്ല മറ്റു ഗ്രഹങ്ങളും സൂര്യനെ ചുറ്റുന്നുണ്ടെന്നും അദ്ദേഹം സിദ്ധാന്തിച്ചു. വളരെ കുറച്ചുപേർ മാത്രമേ അദ്ദേഹത്തിന്റെ സിദ്ധാന്തങ്ങളെ പിന്തുണച്ചുള്ളൂ. മതമേധാവികളിൽ നിന്നും കടുത്ത വിമർശനങ്ങളും പീഡനങ്ങളും അദ്ദേഹത്തിന് ഏല്ക്കേണ്ടിവന്നു. ആ എതിർപ്പ് ഒരു കൊടുങ്കാറ്റായി മാറിയത് ഇറ്റലിയിൽ ജനിച്ച ജോർദാനോ ബ്രൂണോ രംഗത്തുവന്നതോടുകൂടിയാണ്. "സ്രഷ്ടാവിന് സൗരയൂഥത്തെപ്പോലെ എത്രയോ ജ്യോതിർഗോള സമൂഹങ്ങളെ സൃഷ്ടിക്കാമായിരുന്നു? എന്തുകൊണ്ട് സ്രഷ്ടാവ് ഒരൊറ്റ സൗരയൂഥത്തെ മാത്രം സൃഷ്ടിച്ചവസാനിപ്പിച്ചു? അതിന്റെ യുക്തിയെന്താണ്?" വിശ്വാസപ്രമാണങ്ങളെ ബ്രൂണോ വെല്ലുവിളിച്ചു.

"നാം ജീവിക്കുന്ന ഈ ലോകത്തെപ്പോലെ എണ്ണമറ്റ അനവധി ലോകങ്ങളുണ്ട് എന്ന് ഞാൻ പ്രഖ്യാപിക്കുന്നു. ചന്ദ്രൻ, ഗ്രഹങ്ങൾ, നക്ഷത്രങ്ങൾ ഇവയുടെയെല്ലാം എണ്ണം അനന്തമാണ്. എല്ലാം ഗോളങ്ങളാണ്. ഓരോ ലോകവും അതാതിന്റെ സൂര്യനെ ചുറ്റിക്കറങ്ങിക്കൊണ്ടിരിക്കുന്നു." ബ്രൂണോ പ്രഖ്യാപിച്ചു. അദ്ദേഹം നിർത്തിയില്ല.

"പ്രപഞ്ചം അനന്തമാണ്. അതിനൊരു കേന്ദ്രമോ പരിധിയോ

ഇല്ല. മനുഷ്യന്റെ വാസസ്ഥലം എന്നതിൽ കവിഞ്ഞ് മറ്റൊരു സ്ഥാനവും ഭൂമിക്ക് അവകാശപ്പെടാനില്ല. പ്രപഞ്ചത്തിൽ അനവധി സൂര്യന്മാരുണ്ട്. അതിനെചുറ്റിക്കറങ്ങിക്കൊണ്ടിരിക്കുന്ന ഗ്രഹങ്ങൾക്കെല്ലാം തന്നെ തുല്യസ്ഥാനമാണുള്ളത്." അദ്ദേഹത്തിന്റെ വാദങ്ങൾ മതമേധാവികളെ അരിശംകൊള്ളിച്ചു. ബ്രൂണോയുടെ സിദ്ധാന്തങ്ങൾ സ്വർഗ്ഗ നരകങ്ങളുടെ അസ്തിത്വത്തെതന്നെ ചോദ്യംചെയ്തു. സ്വർഗ്ഗവും നരകവുമില്ലെങ്കിൽ പിന്നെ മതത്തിന് സ്ഥാനമെവിടെ? ബ്രൂണോയെ മതമേധാവികൾ പിടികൂടി ജയിലിലടച്ചു. ഏഴുവർഷങ്ങൾ ജയിലിലിട്ടു കൊടും പീഡനങ്ങൾക്കിരയാക്കി. അവസാനം ശിക്ഷവിധിച്ചു. "രക്തം ചിന്താതെ കൊല്ലുക." അങ്ങനെ മഹാനായ ബ്രൂണോ ജീവനോടെ ചുട്ടെരിക്കപ്പെട്ടു. ആ ദിനം 1600 ഫെബ്രുവരി 17. ശാസ്ത്രലോകത്തിന് മറക്കാനാവാത്ത ദിനം.

കെപ്ലറും ഗലീലിയോയും

തുടർന്ന് പ്രകൃതിശാസ്ത്രത്തിന് കൃത്യമായ സംഭാവനകൾ ചെയ്തത് ജോഹൻ കെപ്ലറും, ഗലീലിയോ ഗലീലിയുമായിരുന്നു. കോപ്പർനിക്കസിന്റെ സിദ്ധാന്തങ്ങളെ കെപ്ലർ അംഗീകരിച്ചു. തന്റെ നിരീക്ഷണ ഫലങ്ങളെ ഇങ്ങനെ ക്രോഡീകരിച്ചു. "ദീർഘവൃത്ത പരിധികളിലൂടെയാണ് ഗ്രഹങ്ങൾ സൂര്യനെ ചുറ്റി സഞ്ചരിക്കുന്നത്. ആ ദീർഘവൃത്തങ്ങളുടെ ഫോക്കസിലാണ് സൂര്യൻ" കെപ്ലർ പ്രഖ്യാപിച്ചു.

ഗലീലിയോഗലീലി ദൂരദർശിനി നിർമ്മിച്ചു. പ്രകൃതിശാസ്ത്രം വീണ്ടും കുതിച്ചു. താൻ നിർമ്മിച്ച ടെലിസ്കോപ്പിലൂടെ ഗ്രഹങ്ങളെയും നക്ഷത്രങ്ങളെയും നിരീക്ഷിച്ചു. പരീക്ഷണങ്ങൾക്കൊടുവിൽ അദ്ദേഹം പ്രഖ്യാപിച്ചു. "കോപ്പർ നിക്കസിന്റെ നിഗമനങ്ങൾ ശരിയാണ്."

ക്ഷീരപഥം എന്ന് ഇന്നറിയപ്പെടുന്ന ആകാശത്തിലെ പ്രകാശിത ഭാഗത്തേയ്ക്ക് ഗലീലിയോ തന്റെ ദൂരദശിനി തിരിച്ചുപിടിച്ചു. അദ്ദേഹം അതുകണ്ട് അത്ഭുതപ്പെട്ടു. ആകാശത്തിന്റെ കറുത്ത പശ്ചാത്തലം അതിൽ വാരിവിതറിയ സ്വർണ്ണപ്പൊടിപോലെ തിളങ്ങുന്ന മങ്ങിയ ഒരു നക്ഷത്രസഞ്ചയം. അതാണ് ക്ഷീരപഥം.

അദ്ദേഹം അതുകണ്ടു. ക്ഷീരപഥത്തെക്കുറിച്ച് അന്നുവരെ നില നിന്ന അന്ധവിശ്വാസജടിലമായ കെട്ടുകഥകൾ തകർന്നുവീണു.

ഗലീലിയോ ദൂരദർശിനിയിലൂടെ ചന്ദ്രനെ നോക്കി. ചന്ദ്രന്റെ ഉപരിതലത്തിൽ തലയുയർത്തി നില്ക്കുന്ന പർവ്വതങ്ങൾ.

“ചന്ദ്രൻ ഭൂമിയെപ്പോലെ ഒരു ഗോളം” ഗലീലിയോ വിളിച്ചു പറഞ്ഞു.

“ബ്രൂണോ.... ബ്രൂണോ.. വാഴ്ത്തപ്പെടട്ടെ!” അദ്ദേഹം ഉറക്കെ പ്പറഞ്ഞു.

ബ്രൂണോ പറഞ്ഞതുപോലെ ഭൂമി സദൃശമായ മറ്റനേകം ഗോളങ്ങളിൽ ഒന്നുമാത്രം. ഗലീലിയോ പിന്നീട് ദൂരദർശിനി യിൽക്കൂടി വ്യാഴത്തെ നിരീക്ഷിച്ചു. വ്യാഴത്തിന് ചുറ്റും നാല് ചെറിയ ഗോളങ്ങൾ ചുറ്റിക്കറങ്ങുന്നു. ഈയാം പാറ്റകളെപ്പോലെ. സൗരയൂഥത്തിന്റെ മറ്റൊരു പതിപ്പ്. ഗലീലിയോ വെറുതെ ഇരു ന്നില്ല. ശുക്രന്റെ വൃദ്ധിക്ഷയങ്ങൾ നിരീക്ഷിച്ചു. അവസാനം അദ്ദേഹം ഇങ്ങനെ പറഞ്ഞു.

“ഗ്രഹങ്ങൾ സ്വയം പ്രകാശിക്കുന്നില്ല. പൈതഗോറസ്, കോപ്പർനിക്കസ്, ബ്രൂണോ, കെപ്ലർ തുടങ്ങിയവർ പറ ഞ്ഞിരുന്നതും എന്നാൽ കണ്ണുകൾകൊണ്ട് തെളിയിക്കാൻ കഴി യാതിരുന്നതുമായ ആ സത്യം, ബുധനും, ശുക്രനും, ഭൂമിയും തുടങ്ങി എല്ലാ ഗ്രഹങ്ങളും സൂര്യന് ചുറ്റും ഭ്രമണം ചെയ്തു കൊണ്ടിരിക്കുകയാണെന്ന സത്യം. അതു സമ്മതിച്ചുകൊടുക്കു വാൻ നാം നിർബ്ബന്ധിതരായിരിക്കുന്നു.”

ഗലീലിയോയുടെ കണ്ടെത്തലുകളോടെ എതിർപ്പുകൾക്ക് അധികകാലം നീണ്ടുനില്ക്കാനായില്ല. കോപ്പർനിക്കസ്, ബ്രൂണോ, കെപ്ലർ തുടങ്ങിയവർ ആവിഷ്കരിച്ച സിദ്ധാന്തങ്ങൾ സർവ്വസമ്മതമായി അംഗീകരിക്കപ്പെട്ടു.

പ്രകൃതി എങ്ങനെയുണ്ടായി? ജീവൻ എങ്ങനെ ഉണ്ടായി? ജന്തുക്കളുടെയും സസ്യങ്ങളുടെയും അസംഖ്യം വകഭേദങ്ങൾ എങ്ങനെയുണ്ടായി? മനുഷ്യൻ എങ്ങനെ ഉണ്ടായി? എക്കാ ലത്തും ചോദിക്കുന്ന ഇത്തരം ചോദ്യങ്ങൾക്കെല്ലാം സ്രഷ്ടാ വിനെ ഉത്തരവാദിയാക്കിക്കൊണ്ടാണ് കോപ്പർനിക്കസിന് മുമ്പു വരെ മറുപടിപറയാൻ ശ്രമിച്ചത്. കോപ്പർ നിക്കസിന്റെ (1473

–1543) അനശ്വരകൃതിയുടെ പ്രസിദ്ധീകരണം ഒരു വിപ്ലവനടപടിയായിരുന്നു. കോപ്പർ നിക്കസ് പോളിഷ് ശാസ്ത്രജ്ഞനായിരുന്നു. തന്റെ കൃതിയിലൂടെ അദ്ദേഹം സൂര്യകേന്ദ്രീയ സിദ്ധാന്തം പ്രസിദ്ധീകരിച്ചു. കോപ്പർനിക്കസിന്റെ കൃതിയുടെ പ്രസിദ്ധീകരണത്തോടെ പ്രകൃതിശാസ്ത്രം അതിന്റെ സ്വാതന്ത്ര്യം പ്രഖ്യാപിച്ചു. അന്നുമുതൽ പ്രകൃതിശാസ്ത്രം മതതത്ത്വശാസ്ത്രത്തിൽനിന്നും പുറത്തുവന്നു. തുടർന്ന് ശാസ്ത്രത്തിന്റെ കുതിപ്പ് അതിവേഗത്തിലായി. കോപ്പർനിക്കസിന് ശേഷം യൊഹാൻ കെപ്ലർ (1571 – 1630) എന്ന ജർമ്മൻ ശാസ്ത്രജ്ഞൻ ഗ്രഹചലന നിയമങ്ങൾ കണ്ടുപിടിച്ചു. കോപ്പർനിക്കസിന്റെ ചിന്താധാര പുറത്തുവന്നതോടെ ശാസ്ത്രവികാസം അതിവേഗം പുരോഗമിച്ചു എന്നതിന്റെ തെളിവാണിത്.

പ്രപഞ്ചസൃഷ്ടി സംബന്ധിച്ച അവകാശവാദങ്ങളെച്ചൊല്ലിയുള്ള പോരാട്ടങ്ങൾ ഇപ്പോഴും തുടരുന്നുണ്ട്. അതിലെ അശാസ്ത്രീയ ചിന്തകളും അതിന്റെ ഭാഗമായുള്ള അന്ധവിശ്വാസങ്ങളും ഇന്നും നിലനില്ക്കുന്നു.

പ്രപഞ്ച രഹസ്യം അറിയുന്നതിന് ദൂരദർശിനി ഉപയോഗിച്ചുകൊണ്ട് നാളന്നുവരെ കണ്ടിട്ടുള്ളതിനേക്കാൾ വലിയൊരു ലോകമാണ് ഗലീലിയോ കാട്ടിത്തന്നത്. ഗലീലിയോവിനെയും യാഥാസ്ഥിതിക ലോകം വെറുതെ വിട്ടില്ല. കടുത്ത ദൈവനിന്ദയായി മതമേധാവികൾ ഗലീലിയോവിന്റെ പ്രവർത്തനങ്ങളെ വ്യാഖ്യാനിച്ചു. അവർ അദ്ദേഹത്തെ കൽത്തുറുങ്കിലടച്ചു.

പ്രപഞ്ചരഹസ്യം മനസ്സിലാക്കുന്ന കാര്യത്തിൽ ഭാരതീയരും പിന്നിലായിരുന്നില്ല. പ്രകൃതിശാസ്ത്ര വിജ്ഞാനം വേദങ്ങളിലും സംഹിതകളിലുമൊക്കെ കാണപ്പെടുന്നുണ്ട്. ഏറ്റവും പഴക്കമുള്ള പേര് അതിത്ര മഹർഷിയുടേതാണ്. ഏതാണ്ട് ക്രിസ്തുവിന് മുമ്പ് 1500 ൽ. അന്നത്തെ പല കൃതികളിലും അദ്ദേഹത്തെക്കുറിച്ച് പരാമർശമുണ്ട്. പിന്നീടുള്ള വ്യക്തികളുടെ തനതു കൃതികൾ ലഭിച്ചിട്ടില്ല. എ ഡി 5, 6 നൂറ്റാണ്ടുകളിൽ ജീവിച്ചിരുന്ന പ്രകൃതിശാസ്ത്രജ്ഞന്മാരെക്കുറിച്ച് വിവരങ്ങൾ ലഭ്യമാണ്. ആര്യഭടൻ, വരാഹമിഹിരൻ, ബ്രഹ്മഗുപ്തൻ, ഭാസ്കരൻ ഒന്നാമൻ എന്നിവരാണവർ. അവരുടെ കൃതികളും കണ്ടെത്തിയിട്ടുണ്ട്. ആര്യഭടന്റെ

പ്രശസ്ത കൃതിയാണ് *ആര്യഭടീയം*. ഭൂമി ചലിച്ചുകൊണ്ടിരിക്കുന്ന ഗോളമാണെന്നും അത് സ്വന്തം അച്ചുതണ്ടിൽ കറങ്ങുന്നതുകൊണ്ടാണ് രാപ്പകലുകൾ ഉണ്ടാകുന്നതെന്നും അദ്ദേഹം പറഞ്ഞു. അല്ലാതെ സൂര്യൻ ഭൂമിക്ക് ചുറ്റും കറങ്ങുന്നതുകൊണ്ടല്ല രാവും പകലും ഉണ്ടാകുന്നത്. പക്ഷേ, അദ്ദേഹത്തിന്റെ വാദത്തെ പ്രമാണിമാർ തള്ളിക്കളഞ്ഞു. ഭാരതീയ ജ്യോതിശാസ്ത്രഗ്രന്ഥങ്ങളിൽവച്ച് ഏറ്റവും അറിയപ്പെടുന്നത് ഭാസ്കരൻ രണ്ടാമൻ എ ഡി 1150 ൽ എഴുതിയ *സിദ്ധാന്തശിരോമണി* എന്ന ഗ്രന്ഥമാണ്.

മാർക്സും ഏംഗൽസും

പ്രകൃതിശാസ്ത്ര വികാസത്തിന് ഏറ്റവും അനുയോജ്യമായ ചിന്താരീതി കൊണ്ടുവന്നത് മാർക്സും (1818– 1883) ഏംഗൽസും (1820 – 1895) ആണ്. ഭൗതികശാസ്ത്രത്തിലധിഷ്ഠിതമായ വൈരുദ്ധ്യവാദമാണ് ആ ചിന്താരീതി. പ്രകൃതിശാസ്ത്രത്തിന്റെ വികാസത്തിൽ പരികല്പനകൾക്കുള്ള പങ്ക്, കാര്യകാരണബന്ധം, ആവശ്യകതയും യാദൃച്ഛികതയും തമ്മിലുള്ള ബന്ധം, വിവരശേഖരണം, സവിശേഷതകളെ അടിസ്ഥാനമാക്കിയുള്ള വർഗ്ഗീകരണം തുടങ്ങിയ ചിന്താരീതി കൈകാര്യം ചെയ്യുന്ന കൃതിയാണ് ഏംഗൽസിന്റെ *പ്രകൃതിയുടെ വൈരുദ്ധ്യാത്മകത* എന്ന കൃതി. വൈരുദ്ധ്യാത്മക ഭൗതികവാദം എന്നും ഈ ചിന്താരീതിയെ വിളിക്കുന്നുണ്ട്. ഈ ചിന്ത പിന്നീട് ശാസ്ത്രകാരന്മാർ സ്വീകരിക്കുകയും സമ്പുഷ്ടമാക്കുകയും ചെയ്തിട്ടുണ്ട്. ഭൗതികത്തിൽ ജെയിംസ്ക്ലാർക്ക്, മാർക്സ്വെൽ, മാർക്സ്പ്ലാങ്ക്, നീൽസ്ബോർ തുടങ്ങിയവരുടെ കണ്ടെത്തലുകൾ, ആൽബർട്ട് ഐൻസ്റ്റീന്റെ ആപേക്ഷികതാ സിദ്ധാന്തം, മെൻഡലിയോഫിന്റെ ആവർത്തന നിയമം, പരിണാമസിദ്ധാന്തം, മൗലികകണങ്ങളെക്കുറിച്ചുള്ള ആധുനിക സിദ്ധാന്തങ്ങൾ, ആധുനിക ആവർത്തന നിയമം തുടങ്ങിയവയെല്ലാം ഏംഗൽസിന്റെ ചിന്താരീതിക്ക് മൂർത്തരൂപം നല്കുന്നു.

പ്രകൃതിയിലും ജീവികളിലും വൈരുദ്ധ്യങ്ങളും സമാനതകളും നിലനില്ക്കുന്നുണ്ടല്ലോ. പരീക്ഷണ നിരീക്ഷണങ്ങളിലൂടെ കണ്ടെത്തിയ അറിവുകളുടെയും സിദ്ധാന്തങ്ങളുടെയും

അപഗ്രഥനത്തിലൂടെ ഇവ തിരിച്ചറിഞ്ഞെങ്കിൽ മാത്രമേ പ്രകൃതിയിലെ രണ്ടുവസ്തുക്കളെ പരസ്പരം ബന്ധപ്പെടുത്തുവാനും അതിൽ നിലനില്ക്കുന്ന സമാനതകളും ആന്തരിക വൈരുദ്ധ്യങ്ങളും തിരിച്ചറിയുവാനും കഴിയുകയുള്ളൂ. ഇതാണ് ഏംഗൽസിന്റെ വാദം. ഉദാഹരണത്തിന് ലോഹങ്ങളുടെയും അലോഹങ്ങളുടെയും കാര്യമെടുക്കൂ. ലോഹങ്ങളുടെ സ്വഭാവങ്ങളല്ല അലോഹങ്ങൾ പ്രദർശിപ്പിക്കുന്നത്. അല്ലേ? ലോഹങ്ങളും അലോഹങ്ങളും അവയുടെ സ്വഭാവങ്ങളിൽ വൈരുദ്ധ്യങ്ങൾ പ്രദർശിപ്പിക്കുന്നു. സംക്രമണ മൂലകങ്ങളുടെ കാര്യമെടുക്കൂ. ലോഹങ്ങളുടെയും അലോഹങ്ങളുടെയും സ്വഭാവങ്ങൾ ഒരേസമയം കുടികൊള്ളുന്നു. ആധുനിക ആവർത്തന നിയമം, ഓർബിറ്റലുകളുടെ ഇലക്ട്രോൺ പൂരണം സംബന്ധിച്ച തത്ത്വങ്ങൾ എന്നിവയുടെ പിൻബലത്തിൽ മാത്രമേ നമുക്ക് മൂലകങ്ങളിൽ കണ്ടുവരുന്ന ഇത്തരം സമാനതകളെയും വൈരുദ്ധ്യങ്ങളെയും നിരീക്ഷിക്കാനും വ്യാഖ്യാനിക്കാനും കഴിയൂ. ഇലക്ട്രോണുകൾ ഒരേസമയം കണികാസ്വഭാവവും തരംഗസ്വഭാവവും പ്രദർശിപ്പിക്കുന്നുവെന്ന് നിങ്ങൾ പഠിച്ചിട്ടുണ്ട്. ആറ്റത്തിന്റെ ഘടനയുമായി ബന്ധപ്പെട്ട് പരീക്ഷണ നിരീക്ഷണങ്ങളിലൂടെ നാളിതുവരെ നേടിയിട്ടുള്ള സിദ്ധാന്തങ്ങളുടെ വെളിച്ചത്തിൽ മാത്രമേ ഇലക്ട്രോണിന്റെ ദ്വന്ദ്വസ്വഭാവം വിശദീകരിക്കാനാവൂ. പ്രകാശവും ഇത്തരത്തിൽ ദ്വന്ദ്വസ്വഭാവം (dual nature) കാണിക്കുന്നുണ്ടല്ലോ. മറ്റൊരുതരത്തിൽ പറഞ്ഞാൽ രണ്ടു വിരുദ്ധ സ്വഭാവങ്ങൾ ഒരേസമയം പ്രദർശിപ്പിക്കുന്നു. ഈ വൈരുദ്ധ്യത്തിന് ഉത്തരം കണ്ടെത്താനും നമ്മൾ സൈദ്ധാന്തിക ചിന്തയോടെ സമീപിക്കണം. കണികാ സിദ്ധാന്തവും തരംഗ സിദ്ധാന്തവും ഇവിടെ നമ്മെ പിന്തുണയ്ക്കുന്നു.

പ്രകൃതിയുടെ വികാസ നിയമങ്ങൾ

വൈരുദ്ധ്യങ്ങൾ പ്രകൃതിയുടെ വികാസനിയമങ്ങളാണെന്ന് ഏംഗൽസ് സമർത്ഥിക്കുന്നു. പദാർത്ഥങ്ങളുടെ ചലന രൂപങ്ങൾ, ഊർജ്ജരൂപങ്ങൾ എന്നിവയെ അദ്ദേഹം പരിശോധിച്ചു. ലളിതമായ സ്ഥാനാന്തര ചലനം ഏറ്റവും താണ ചലനരൂപമാണ്. എന്നാൽ ചിന്തയോ? ഏറ്റവും ഉയർന്ന ചലനരൂപവും. ഭൗതിക ചലനം, ബലകൃത ചലനം, രാസചലനം, ജീവശാസ്ത്രപരമായ ചലനം തുടങ്ങിയവയാണ് പ്രകൃതി ശാസ്ത്രം കൈകാര്യംചെയ്യുന്ന മുഖ്യ ചലനരൂപങ്ങൾ. താണ നിലയിലുള്ള ഓരോ ചലനരൂപവും ഉയർന്ന രൂപങ്ങളിലേക്ക് കടക്കുന്നു. ഉദാഹരണത്തിന് നിങ്ങൾ സൈക്കിൾ സവാരി നടത്തുകയാണെന്ന് വിചാരിക്കുക. താഴ്ന്നതും ഉയർന്നതുമായ ചലന രൂപങ്ങൾ നിങ്ങൾക്ക് കാണാവുന്നതാണല്ലോ. അവിടെ ഏതൊക്കെ തരത്തിലുള്ള ഊർജ്ജ രൂപങ്ങളാണ് ഉണ്ടാവുന്നത്? ഏതൊക്കെ ഊർജ്ജ രൂപങ്ങൾക്കാണ് മാറ്റങ്ങൾ ഉണ്ടാകുന്നത്? ഇനി ഭൂമിയുടെ ചലനത്തിന്റെ കാര്യം എടുക്കൂ. ഏതൊക്കെ ചലന രൂപങ്ങളാണ് ഭൂമിക്കുള്ളത്? ഏതൊക്കെ ഊർജ്ജ രൂപങ്ങൾക്കാണ് മാറ്റം സംഭവിക്കുന്നത് ? ഇവ ബലകൃത ചലനങ്ങളാണ്. ഭൂമി സൂര്യനെ ചുറ്റുമ്പോൾ അതിന്റെ സഞ്ചാര പാതയിൽ നിന്ന് അകത്തേക്കോ പുറത്തേക്കോ പോകാത്തത്

എന്തുകൊണ്ട്? ഇങ്ങനെഎത്രയെത്ര ചോദ്യങ്ങൾ നിങ്ങൾക്ക് ചോദിക്കാനുണ്ടാകും? ഇതേ ചോദ്യങ്ങൾ ആറ്റത്തിന്റെ കാര്യത്തിലും ചോദിച്ചു നോക്കൂ. ഏംഗൽസും ഇത്തരം ധാരാളം ചോദ്യങ്ങൾ ഉന്നയിച്ചുകൊണ്ട് ഗണിതം, രസതന്ത്രം, ബലതന്ത്രം, ജീവശാസ്ത്രം, ജ്യോതിശാസ്ത്രം തുടങ്ങി വിവിധ ശാസ്ത്ര ശാഖകളിലെ വൈരുദ്ധ്യാത്മകമായ ആശയങ്ങളെ പരിശോധിക്കുന്നുണ്ട്. ഏതൊരു രൂപവും മറ്റേതൊരു രൂപവുമായി മാറാൻ കഴിവുള്ളതാണെന്ന് 1842 ൽ ഊർജ്ജ സംരക്ഷണ നിയമം മുന്നോട്ടു വച്ചുകൊണ്ട് ജെ ആർ മെയർ പ്രസ്താവിച്ചിട്ടുണ്ട്. രാസോർജ്ജം, ഗതികോർജ്ജം, സ്ഥാനികോർജ്ജം, പ്രകോശോർജ്ജം, ശബ്ദോർജ്ജം, വൈദ്യുതോർജ്ജം, കാന്തികോർജ്ജം, ന്യൂക്ലിയോർജ്ജം തുടങ്ങി എല്ലാത്തരം ഊർജ്ജ രൂപങ്ങളും പ്രകൃതി ശാസ്ത്രം കൈകാര്യം ചെയ്യുന്നുണ്ട്. ചലന നിയമങ്ങളും ഊർജ്ജ സംരക്ഷണ നിയമവുമെല്ലാം വിരൽ ചൂണ്ടുന്നത് എന്തിലേക്കാണ്. ഏതൊരു ചലന രൂപവും മറ്റേത് ചലനരൂപവുമായി മാറാൻ കഴിവുള്ളതാണ്. ഏതൊരു ഊർജ്ജവും മറ്റേതൊരു ഊർജ്ജവുമായി മാറുവാൻ കഴിവുള്ളതാണ്. അങ്ങനെ മാറിയേ തീരൂ എന്നുള്ളത് പ്രകൃതി നിയമമാണെന്ന് ഏംഗൽസ് ഊന്നിപ്പറയുന്നു.

പദാർത്ഥങ്ങളിലും ജീവജാലങ്ങളിലും, പ്രകൃതി പ്രതിഭാസങ്ങളിലും, സാമൂഹ്യ വളർച്ചയിലും ഇങ്ങനെ കാണുന്ന വൈരുദ്ധ്യങ്ങൾ പലതാണെന്ന് ഏംഗൽസ് ചൂണ്ടിക്കാണിക്കുന്നു. ഇങ്ങനെ വൈരുദ്ധ്യങ്ങളും വൈവിദ്ധ്യങ്ങളും നിലനില്ക്കുന്നതിനുള്ള കാരണം കണ്ടെത്തണം. പ്രപഞ്ചം ഉണ്ടായ പ്രക്രിയ മുതൽ അതിന്റെ ഭാഗമായി നാളിതുവരെ രൂപപ്പെട്ടുവന്നിട്ടുള്ള ജീവീയ, അജീവിയ ഘടകങ്ങളിൽ കാണുന്ന വൈരുദ്ധ്യങ്ങളെ ചരിത്രപരമായ പരിശോധനയ്ക്ക് ശാസ്ത്രലോകം വിധേയമാക്കിക്കൊണ്ടിരിക്കുന്നു. എങ്ങനെയാണ് പ്രപഞ്ചമുണ്ടായത്? എങ്ങനെയാണ് ജീവികളുണ്ടായത്? മനുഷ്യൻ ഉണ്ടായത് എങ്ങനെ? മനുഷ്യബന്ധങ്ങളിൽ വൈരുദ്ധ്യങ്ങൾ വന്നതെങ്ങനെ? ഈ ചോദ്യങ്ങൾ പ്രപഞ്ചം, പദാർത്ഥ സ്വഭാവം, ജീവൻ എന്ന പ്രതിഭാസം, മാനവപുരോഗതി എന്നിവ സംബന്ധിച്ച് പുത്തനറിവു

കൾ നമുക്ക് നല്കിക്കൊണ്ടിരിക്കും. പ്രപഞ്ചത്തിലെ എല്ലാ ഘടകങ്ങളിലെയും വൈരുദ്ധ്യങ്ങളെ ചരിത്രപരമായ പരിശോധനയ്ക്ക് വിധേയമാക്കണമെങ്കിൽ എല്ലാത്തരം വിജ്ഞാനശാഖകൾ തമ്മിലും, ശാസ്ത്രകാരന്മാർ തമ്മിലും, ദാർശനികർ തമ്മിലും സഖ്യമുണ്ടാകേണ്ടതുണ്ട് എന്ന് ഏംഗൽസ് ചൂണ്ടിക്കാണിക്കുന്നു. വ്യത്യസ്ത ശാസ്ത്രങ്ങൾ സന്ധിക്കുന്നിടത്താണ് ഏറ്റവും വലിയ നേട്ടങ്ങൾ പ്രതീക്ഷിക്കാവുന്നതെന്നും അദ്ദേഹം ചൂണ്ടിക്കാണിക്കുന്നു. ഇങ്ങനെ അന്വേഷണങ്ങളുടെ ഫലമായി കണ്ടെത്തുന്ന അറിവുകൾ ലോകത്തുള്ള എല്ലാവരുടെയും നന്മയ്ക്കുവേണ്ടി പ്രയോജനപ്പെടുത്തണം. ശാസ്ത്രത്തിലധിഷ്ഠിതമായ ഒരു പ്രപഞ്ചവീക്ഷണം കുട്ടികളിൽ ഉണ്ടാക്കിയെടുക്കണം. അറിവുകളും അതുപയോഗിച്ചുണ്ടാക്കുന്ന സൗകര്യങ്ങളും സമൂഹത്തിലെ ഒരുപിടിയാളുകൾക്കുമാത്രം ലഭ്യമാക്കരുത്. എല്ലാവർക്കും ലഭ്യമാക്കണം. മനുഷ്യർക്കുമാത്രമല്ല എല്ലാ ജീവജാലങ്ങൾക്കും അതിന്റെ പ്രയോജനങ്ങൾ ലഭിക്കണം. ഏംഗൽസ് അങ്ങനെ ആഗ്രഹിക്കുന്നു.

സൂക്ഷ്മപ്രപഞ്ചം

1595 ലാണ് ആദ്യത്തെ സൂക്ഷ്മദർശിനി നിർമ്മിക്കപ്പെട്ടത്. ഡച്ച് ശാസ്ത്രജ്ഞനായ ലീവൻഹാക്ക് (1632 – 1723) സ്വന്തമായി ഉണ്ടാക്കിയ മൈക്രോസ്കോപ്പിലൂടെ സൂക്ഷ്മജീവികളായ ബാക്ടീരിയ, യീസ്റ്റ് എന്നിവയെ ജലത്തുള്ളികൾ നിരീക്ഷിച്ച് കണ്ടെത്തി. അവയെക്കുറിച്ച് വിവരണം നല്കി. അദ്ദേഹമാണ് ആദ്യമായി ചുവന്നരക്താണു (Red corpuscles) ക്കളുടെ വലിപ്പവും രൂപവും പഠിച്ചത്. പിന്നീട് 1665 ൽ സൂക്ഷ്മദർശിനി ഉപയോഗിച്ചു റോബർട്ട് ഹുക്ക് പരീക്ഷണ-നിരീക്ഷണങ്ങളിലൂടെ 'കോശം' കണ്ടുപിടിച്ചു. പദാർത്ഥങ്ങളെ ഒരുലക്ഷം ഇരട്ടിയിൽ കൂടുതൽ വലിപ്പത്തിൽ കാണാൻ സഹായിക്കുന്ന ഇലക്ട്രോൺ മൈക്രോസ്കോപ്പ് കണ്ടുപിടിച്ചതോടെ സസ്യജന്തുകോശങ്ങളുടെ ഘടനയും സാമ്യവ്യത്യാസങ്ങളും വളരെ കൃത്യമായി ശാസ്ത്രജ്ഞന്മാർ തിരിച്ചറിഞ്ഞു. അതിനുള്ളിലെ ഓരോ തന്മാത്രകളും, ഓരോ ആറ്റവും അനുഷ്ഠിക്കുന്ന പ്രത്യേക ജോലിക

ൾ മനസ്സിലാക്കി. തുടർന്ന് ആറ്റത്തിന്റെ ഘടനയും കണ്ടുപിടിക്കപ്പെട്ടു. അങ്ങനെ സൂക്ഷ്മപ്രപഞ്ചത്തിലേക്ക് കടന്ന് പ്രകൃതിയുടെ രഹസ്യങ്ങൾ കണ്ടുപിടിക്കുന്നതിനുള്ള തീവ്രശ്രമത്തിലാണ് ശാസ്ത്രജ്ഞന്മാർ. സൂക്ഷ്മപ്രപഞ്ചത്തെക്കുറിച്ച് മനസ്സിലാക്കുന്നതിന് ജീവശാസ്ത്രജ്ഞന്മാർ, രസതന്ത്രജ്ഞന്മാർ, ഊർജ്ജതന്ത്രജ്ഞന്മാർ തുടങ്ങിയ എല്ലാ ശാസ്ത്രകാരന്മാരും ഒരേസമയം കൈകോർത്ത് പ്രവർത്തിക്കുന്നു.

പതിനെട്ടാം നൂറ്റാണ്ടിലെ ഭൗതികവാദത്തിന് കളമൊരുക്കിയവർ ചിന്താശക്തിയിലും വികാരപരതയിലും സ്വഭാവബലത്തിലും പാണ്ഡിത്യത്തിലും ഒക്കെ അതികായന്മാരായിരുന്നു. ആ കാലത്തിന് ഒരു സാഹസിക സ്വഭാവമുണ്ടായിരുന്നു. വിപുലമായി സഞ്ചരിക്കുക, നാലഞ്ചു ഭാഷകൾ സംസാരിക്കുക, പലരംഗങ്ങളിലും ശോഭിക്കുക. ഇങ്ങനെ ചെയ്യാത്തവരാരും തന്നെ പ്രമുഖന്മാരുടെ കൂട്ടത്തിൽ ഉണ്ടായിരുന്നില്ല. ലിയോനാർഡോ ഡാവിൻജിയുടെ കാര്യമെടുക്കൂ. അദ്ദേഹം ഒരു ചിത്രകാരൻ മാത്രമായിരുന്നോ? അല്ല. ഒരു പ്രമുഖ ഗണിതശാസ്ത്രജ്ഞനും ബലതന്ത്രജ്ഞനും എഞ്ചിനീയറും കൂടിയായിരുന്നു. ഇനിയുമുണ്ട് സവിശേഷതകൾ. ഈ മഹാരഥന്മാർ പഠനമുറിയിൽ കഴിച്ചുകൂട്ടുന്നവർ ആയിരുന്നില്ല. അവരിൽ ഏതാണ്ട് എല്ലാവരും ജീവിച്ചതും പ്രവർത്തിച്ചതും സമകാലീന പ്രസ്ഥാനങ്ങളുടെ നടുവിലും പ്രായോഗിക സമരരംഗത്തുമായിരുന്നു. അറിവിനെ എല്ലാത്തരം ചൂഷണങ്ങൾക്കുമെതിരെയുള്ള ആയുധമായി അവർ പ്രയോഗിക്കാൻ ശ്രമിച്ചിരുന്നു. ചിലർ എഴുത്തും പ്രസംഗവും വഴി. ചിലർ ചൂഷിത വിഭാഗങ്ങളെ സംഘടിപ്പിച്ചും പ്രതികരിച്ചും.

അന്നത്തെ ദാർശനികർ പ്രപഞ്ചപ്രതിഭാസങ്ങളുടെ വിശദീകരണങ്ങൾ പ്രപഞ്ചത്തിൽനിന്നും തന്നെ കണ്ടെത്തണം എന്ന കാര്യത്തിൽ ഉറച്ചുനിന്നു. അതിനുള്ള വിശദമായ സാധൂകരണങ്ങൾക്ക് ഭാവിയിലെ പ്രകൃതിശാസ്ത്രത്തിന് വിട്ടുകൊടുത്തു. പ്രകൃതിശാസ്ത്രത്തിന് വഴിതെറ്റാൻ അവർ അനുവദിച്ചില്ല. ഈ നിലപാട് അക്കാലത്തെ തത്ത്വചിന്തയുടെ ഏറ്റവും വലിയ മേന്മയായിരുന്നു. ആധുനികയുഗത്തിൽ ശാസ്ത്രജ്ഞന്മാരുടെ

നിലപാടും ഇതുതന്നെ. അന്വേഷിക്കുക. വീണ്ടും വീണ്ടും അന്വേഷിക്കുക. അങ്ങനെ ലഭ്യമാകുന്ന അറിവുകൊണ്ട് പ്രകൃതി പ്രതിഭാസങ്ങളെ വ്യാഖ്യാനിക്കുക. പുതിയ വ്യാഖ്യാനങ്ങൾക്ക് ഭാവി ശാസ്ത്രത്തിന് വിട്ടുകൊടുക്കുക.

മേല്പറഞ്ഞ ചിന്താരീതിയുടെ അടിസ്ഥാനത്തിൽ ശാസ്ത്ര കാരന്മാർ പ്രപഞ്ചത്തെക്കുറിച്ചും ജീവന്റെ സാന്നിദ്ധ്യത്തെക്കു റിച്ചും നടത്തിയ അന്വേഷണങ്ങളും കണ്ടെത്തലുകളും വിശക ലനങ്ങളും അനുമാനങ്ങളും നമുക്ക് പരിശോധിക്കാം.

പ്രപഞ്ചത്തിന്റെ ആവിർഭാവം

പ്രപഞ്ചം എങ്ങനെയാണ് ഉണ്ടായത്? എന്നാണ് ഉണ്ടായത്? പ്രപഞ്ചത്തിന്റെ പൊതു സവിശേഷതയെന്താണ്? തുടങ്ങിയ ഒട്ടേറെ ചോദ്യങ്ങൾ എക്കാലത്തും ചോദിച്ചിരുന്നു. വളരെ വിശ ദമായ ഒരു ചർച്ചയ്ക്ക് ശ്രമിക്കുന്നില്ല. ചില കാര്യങ്ങൾ നമുക്ക് പരിശോധിക്കാം.

പ്രപഞ്ചം ചലനാത്മകമാണ്. സദാ മാറിക്കൊണ്ടിരിക്കുന്നു. പ്രപഞ്ചോല്പത്തിയെക്കുറിച്ച് പല സിദ്ധാന്തങ്ങളും രൂപീകരി ച്ചിട്ടുണ്ട്. എല്ലാ സിദ്ധാന്തങ്ങളേയും ചോദ്യം ചെയ്യുന്നുമുണ്ട്. കൂടുതൽ അംഗീകാരം നേടിയിട്ടുള്ള സിദ്ധാന്തമാണ് മഹാ വിസ്ഫോടന സിദ്ധാന്തം. ദ്രവ്യമില്ലാതിരുന്ന കാലം. എല്ലാം ഊർജ്ജം മാത്രമായിരുന്ന സമയം. അന്നുനടന്ന വൻ സ്ഫോട നഫലമായാണ് എല്ലാം ഉണ്ടായത്. മഹാവിസ്ഫോടനം നടന്ന് പ്രപഞ്ചം ഉണ്ടായിട്ട് ഏതാണ്ട് 1500 കോടി വർഷങ്ങളായിട്ടുണ്ടാ കുമെന്നാണ് ശാസ്ത്രകാരന്മാരുടെ അനുമാനം. ഊർജ്ജത്തിന്റെ കുറേഭാഗം ഘനീഭവിച്ച് ഇലക്ട്രോണുകളും, പ്രോട്ടോണുകളും, ന്യൂട്രോണുകളുമായി തീർന്നു. ഇവ കൂടിച്ചേർന്ന് പരമാണുക്ക ൾ ഉണ്ടായി. പരമാണുക്കൾ രൂപപ്പെടുന്നതിന് മുമ്പ് ക്വാർക്ക് (Quark) രൂപപ്പെട്ടിരുന്നു. ഇത് അറ്റോമിക ന്യൂക്ലിയസിന്റെ ചെറിയ യൂണിറ്റാണ്. ക്വാർക്ക് കൂടിച്ചേർന്ന് കേന്ദ്രമായി. അതി നുചുറ്റും ഇലക്ട്രോണുകൾ ചേർന്നു. അങ്ങനെ പരമാണുക്കൾ (ആറ്റങ്ങൾ) ഉണ്ടായി. എല്ലാ പദാർത്ഥങ്ങളുടെയും അടിസ്ഥാന യൂണിറ്റ് പരമാണുവാണെന്ന് നിങ്ങൾക്കറിയാം. അടുത്തകാലത്ത്

ചില കണ്ടെത്തലുകൾ ഉണ്ടായിട്ടുണ്ട്. പ്രോട്ടോണുകളുടെയും ന്യൂട്രോണുകളുടെയും ഭാഗമായ ക്വാർക്ക് ആണ് പദാർത്ഥ നിർമ്മാണത്തിന്റെ ഏറ്റവും ചെറിയ ഘടകം. ഇതാണ് പുതിയ കണ്ടെത്തൽ. മഹാവിസ്ഫോടനത്തിന്റെ ഫലമായി രൂപപ്പെട്ട പ്രപഞ്ചത്തിലെവിടെയും ചലനം ഒരു നിരന്തരപ്രക്രിയയായി പ്രത്യക്ഷപ്പെട്ടു. പിന്നീട് വെവ്വേറെയുള്ള പിണ്ഡങ്ങൾ രൂപംകൊണ്ടു. നക്ഷത്രങ്ങളും ഉപഗ്രഹങ്ങളും, ക്ഷുദ്രഗ്രഹങ്ങളും ഉൽക്കകളും ഒക്കെ രൂപംകൊണ്ടു. ഇവയിലെല്ലാം ചൂടെന്ന് നാം വിളിക്കുന്നതെന്തോ അതാണ് ആദ്യം നിലവിലുണ്ടായ പദാർത്ഥ ചലന രൂപം.

ഭൂമിയുടെ പിറവി

പ്രപഞ്ചമുണ്ടായി അനേക കോടി വർഷം കഴിഞ്ഞാണ് ഭൂമി പിറന്നത്. ഭൂമിയുടെ പ്രായം എത്രവരും? ഏതാണ്ട് 450 കോടി വർഷങ്ങൾ കഴിഞ്ഞുവെന്ന് ശാസ്ത്രലോകം കണക്കാക്കുന്നു. എന്നും കലുഷിതമായിരുന്നു ഭൂമി. ചുട്ടുപഴുത്ത അവസ്ഥ. നിരന്തരമായ ഇടിമിന്നലുകൾ. വസ്തുക്കളെല്ലാം വാതകാവസ്ഥയിൽ. അഗ്നിപർവ്വതങ്ങളുടെ തുടർച്ചയായ പൊട്ടിത്തെറികൾ. കിലോമീറ്ററുകൾ വലിപ്പമുള്ള അസ്റ്ററോയിഡ്കളുടെ പതനങ്ങൾ. ചില ഉൽക്കകളും മറ്റ് ഗ്രഹങ്ങളുമായുള്ള കൂട്ടിയിടികൾ. താപനിലയിലെ മാറ്റങ്ങൾ. മർദ്ദ വ്യത്യാസങ്ങൾ. ഇതിന്റെയൊക്കെ ഫലമായി പലതും സംഭവിച്ചുകൊണ്ടിരുന്നു. തന്മാത്രാവസ്ഥയിലായിരുന്ന ഓക്സിജൻ വാതകവും ഹൈഡ്രജൻ വാതകവും സംയോജിച്ച് നീരാവിയായി. രാസികമായി ഉദാസീനമായിരുന്ന മൂലകങ്ങൾ ഒന്നൊന്നായി രാസികമായി വേർതിരിയുകയും രാസഗുണങ്ങൾ ആർജ്ജിക്കുകയും ചെയ്തു. ഇവ പരസ്പരം സംയോജിച്ച് പുതിയ പുതിയ സംയുക്തങ്ങൾ ഉണ്ടായി. ഭൂമി അനുക്രമമായി തണുത്തുവന്നു. താപനിലയിലുണ്ടായ കുറവ് മൂലകങ്ങളെയും അവയുടെ സംയുക്തങ്ങളെയും ബാധിച്ചു. വ്യത്യസ്തമായിട്ടാണ് അവയിൽ താപനിലയിൽ ഉണ്ടായ കുറവ് ബാധിച്ചത്. ഭൂമി ക്രമേണ പുറന്തോട് ആർജ്ജിച്ചു. നീരാവി തണുത്ത് ജലമായി. പിന്നീട് കടുത്ത

പേമാരി. തുടർച്ചയായ പേമാരിയുടെ ഫലമായി ഭൂമി തണുത്തു കൊണ്ടിരുന്നു. അഗ്നിപർവ്വതങ്ങൾ പൊട്ടിത്തെറിച്ചുകൊണ്ടിരുന്നു. ദ്രാവകരൂപം പ്രാപിക്കാത്ത വാതകങ്ങളും നീരാവിയും ചേർന്ന് ഭൂമിക്ക് ഒരു പുതപ്പുണ്ടാക്കി. അതാണ് അന്തരീക്ഷം. ഭൂമി തണുക്കുന്തോറും അന്തരീക്ഷത്തിലെ നീരാവി വൻതോതിൽ വെള്ളമായി താഴേയ്ക്കിറങ്ങി. ഇങ്ങനെ ഭൂമിയിൽ സംഭരിക്കപ്പെട്ട വെള്ളം കടലായി മാറി. ഇങ്ങനെ കലുഷിതമായിരുന്ന ഭൂമി ഒന്നടങ്ങിയത് എപ്പോഴാണ്? ഏതാണ്ട് 400 കോടി വർഷങ്ങൾക്ക് മുമ്പ്!

ഭൂമിയിൽ ജീവന്റെ തുടിപ്പ്

എന്നാണ് ഭൂമിയിൽ ജീവന്റെ തുടിപ്പു തുടങ്ങിയത്? ഭൂമിയുടേയും, ശിലകളുടേയും, ഫോസിലുകളുടേയും കാലപ്പഴക്കം കണക്കാക്കാൻ ശാസ്ത്രജ്ഞന്മാർ ഉപയോഗിക്കുന്ന മാർഗ്ഗമാണ് കാർബൺ ഐസോടോപ്പ് (C^{14}) പഠനരീതി. ഗ്രീൻലാന്റിൽ കണ്ടെത്തിയ പുരാതനശിലകളിൽ ശാസ്ത്രജ്ഞന്മാർ നടത്തിയ കാർബൺ ഐസോടോപ്പ് പഠനങ്ങൾ സൂചിപ്പിച്ചത് 380 കോടി വർഷങ്ങൾ മുൻപ് തന്നെ ഭൂമിയിൽ ജീവൻ ഉണ്ടായിരുന്നു എന്നാണ്. ആസ്ത്രേലിയയിലും ചില പുതിയ പഠനങ്ങൾ നടന്നു. ഈ പഠനങ്ങൾ 400 കോടി വർഷങ്ങൾക്ക് മുൻപ് തന്നെ ഭൂമിയിൽ ജീവൻ ഉണ്ടായിരുന്നു എന്ന് സൂചിപ്പിക്കുന്നു. ഈ പഠനങ്ങളെല്ലാം സൂചിപ്പിക്കുന്നത് എന്താണ്? ജീവന് അനുകൂലമായ ഒരു സാഹചര്യം ഉണ്ടായപ്പോൾ തന്നെ ഭൂമിയിൽ ജീവൻ പ്രത്യക്ഷപ്പെട്ടു എന്നാണ്.

ഭൂമിയിൽ ജീവന്റെ തുടിപ്പ് എങ്ങനെയുണ്ടായി? ഏതുതരത്തിലുള്ള ജൈവതന്മാത്രകളാണ് ആദ്യം ഉണ്ടായത്? അന്വേഷണങ്ങളും പരികല്പനകളും ധാരാളം ഉണ്ടായിട്ടുണ്ട്. പ്രകൃതിശാസ്ത്രവളർച്ചയിലെ സുപ്രധാന ചോദ്യങ്ങളിൽ ഒന്നുതന്നെയായിരുന്നു ഈ ചോദ്യവും. ഈ ചോദ്യത്തിന് പരീക്ഷണം മുഖേന ഉത്തരം കണ്ടെത്താൻ ശ്രമിച്ചത് സ്റ്റാൻലി എൽ മില്ലറും (Stanley L Miller) ഹാരോൾഡ് സി യുറെ (Harold C urey) യുമായിരുന്നു. അവർ നടത്തിയ പരീക്ഷണം മില്ലർ-യുറേ പരീ

ക്ഷണം എന്നറിയപ്പെടുന്നു. 1953 ലായിരുന്നു ആ പരീക്ഷണം. ഹൈഡ്രജനും, മീഥേനും അമോണിയയും കലർന്ന മിശ്രിതം ഓക്സിജന്റെ അസാന്നിദ്ധ്യത്തിൽ അവർ രൂപകല്പന ചെയ്ത ഉപകരണത്തിലെ ജലോപരിതലത്തിൽ എടുത്തു അതിലൂടെ വൈദ്യുതസ്ഫുലിംഗങ്ങൾ കടത്തിവിട്ടു. ജലോപരിതലത്തെ സമുദ്രമായും വാതകമിശ്രിതം ഭൂമിയുടെ അന്തരീക്ഷമായും സങ്കല്പിച്ചുകൊണ്ടാണ് പരീക്ഷണം നടത്തിയത്. ഒരാഴ്ചയ്ക്കു ശേഷം അവർ ജലോപരിതലം പരിശോധിച്ചു. വാതകമിശ്രിതം പലതരം ജൈവസംയുക്തങ്ങളായി മാറി. ജീവജാലങ്ങളിൽ കാണുന്ന അമിനോ അമ്ലങ്ങളായ ഗ്ലിസിനും, അലോമിനും ആയി വാതകമിശ്രിതം മാറിയതായി തെളിഞ്ഞു. സമാനമായ പരീക്ഷ ണങ്ങൾ ചില മാറ്റങ്ങളോടെ പല ശാസ്ത്രജ്ഞന്മാരും നടത്തു കയുണ്ടായി. ജീവനുമായി ബന്ധപ്പെട്ടിരിക്കുന്ന ഏകദേശം മുപ്പ തിലധികം സംയുക്തങ്ങളാണ് പരീക്ഷണം വഴി ലഭിച്ചത്. ഭൂമിയിലെ എല്ലാ ജീവജാലങ്ങളിലും 20 അമിനോ അമ്ലങ്ങളാണ് കാണുന്നത്. അവയിൽ ആറെണ്ണം പരീക്ഷണം വഴി ലഭിച്ചു. ഗ്ലിസിൻ, അലാമിൻ, ഗ്ലൂട്ടാമിക് അമ്ലം, വാലിൻ, പ്രോലിൻ, അസ്പാർട്ടിക് അമ്ലം എന്നിവയാണവ. ഇവ കൂടാതെ ലഭിച്ച സംയുക്തങ്ങളാണ് അഡനയിൻ, ഗ്വവാനിൻ, തൈമൈൻ, യൂറാ സിൻ എന്നിവ. ഇതിൽ അഡനയിൻ, ഗ്വവനിൻ, തൈമൈൻ, യൂറാസിൽ തുടങ്ങിയവ വലയരൂപത്തിലുള്ള സങ്കീർണ്ണ തന്മാ ത്രകളാണ്. ഇത് ഡി എൻ എ, ആർ എൻ എ എന്നിവയിലെ ബേസുമാണ്. പരീക്ഷണത്തിൽ സൃഷ്ടിച്ച സമാന സാഹചര്യം ഭൂമിയിലും ഉണ്ടായതായി ശാസ്ത്രജ്ഞന്മാർ അനുമാനിക്കുന്നു. അങ്ങനെയാണ് ഭൂമിയിൽ ജീവന്റെ തുടിപ്പ് തുടങ്ങിയത്.

അതുവരെ ജീവികളിൽമാത്രം ഉല്പാദിപ്പിച്ചിരുന്ന യൗഗി കങ്ങളെ അജൈവ രീതിയിൽ തയ്യാറാക്കാൻ കഴിഞ്ഞതോടെ രസതന്ത്ര നിയമങ്ങൾ ജൈവവസ്തുക്കൾക്കും അജൈവവസ്തു ക്കൾക്കും ഒരുപോലെ സാധുവാണെന്ന് തെളിയിക്കപ്പെട്ടു. അജൈവ വസ്തുക്കളും ജൈവവസ്തുക്കളും തമ്മിലുള്ള വിടവ് അങ്ങനെ പരമാവധി ചുരുങ്ങി.

ആദ്യകാലത്ത് ഭൂമിയിലുണ്ടായിരുന്നത് സൂക്ഷ്മജീവികൾ മാത്രമാണെന്നാണ് പഠനങ്ങൾ തെളിയിക്കുന്നത്. എങ്ങനെയാണ്

ഈ സൂക്ഷ്മജീവികൾ ഉണ്ടായത്?

ഭൂമിയുടെ പുറംതോട് കൈവരിച്ച് അതിന്റെ ഉപരിതലത്തിൽ ജലസംഭരണങ്ങൾ ഉണ്ടായ സമയം ഭൂമിയുടെ അന്തരീക്ഷം കാലാവസ്ഥാ പ്രതിഭാസങ്ങളുടെ രംഗവേദിയായി. ദ്രവരൂപത്തിലുള്ള ഭൂമിയുടെ അന്തർഭാഗം തണുത്തുവന്നതിനനുസരിച്ച് അതിന്റെ ബാഹ്യസ്വാധീനം ക്രമേണ കുറഞ്ഞുവന്നു. എന്നാൽ അന്തരീക്ഷത്തിന്റെ സ്വാധീനം കൂടിവരികയും ചെയ്തു. താപനിലയും ഇടിമിന്നൽ വേളയിലെ വൈദ്യുത സ്ഫുലിംഗങ്ങളും രാസസംയോജനത്തിന് അനുകൂലമായ അവസ്ഥ ഉണ്ടാക്കി. ഈ ഘട്ടത്തിൽ ഭൂമിയുടെ അന്തരീക്ഷത്തിൽ രൂപപ്പെട്ട അമിനോ അമ്ലങ്ങൾ മഴയ്ക്കൊപ്പം ഭൂമിയിലെത്തുകയും അവ ഒന്നുചേർന്ന് പ്രോട്ടീൻ കണങ്ങൾ രൂപപ്പെടുകയുംചെയ്തു. ശാസ്ത്രജ്ഞന്മാർ അങ്ങനെ അനുമാനിക്കുന്നു.

മർമ്മമില്ലാത്ത ജീവകണങ്ങളാണ് ആദ്യമുണ്ടായത്. അവയെ പ്രോകാരിയോട്ട് (Prokaryote) എന്ന് വിളിക്കുന്നു. വെളിയിലുള്ള പ്രകൃതി പരിസരങ്ങളുമായുള്ള നിരന്തരമായ ചയാപചയമാണ് പ്രോട്ടീൻ മണിയുടെ കാതലായ അംശം. ചയാപചയത്തിൽ വലിച്ചെടുക്കുന്ന പദാർത്ഥങ്ങളുടെ രാസഘടന മാറുന്നു. ജീവി അതിനെ സ്വാംശീകരിക്കുന്നു. അതുവഴി പുറത്തുവരുന്ന ഊർജ്ജം ജീവിതപ്രക്രിയയ്ക്ക് വിനിയോഗിക്കുന്നു. അതിന്റെ ഫലമായുള്ള അവശിഷ്ടങ്ങൾ വിസർജ്ജിക്കപ്പെടുന്നു. എന്നു പറഞ്ഞാൽ കാർബൺ സംയുക്തങ്ങളായ പ്രോട്ടീനുകൾക്ക് ദഹനം, വിസർജ്ജനം, ചലനം, സങ്കോചനം, പ്രചോദനങ്ങളോടുള്ള പ്രതികരണങ്ങൾ, പ്രത്യുല്പാദനം എന്നിങ്ങനെയുള്ള ജീവന്റെ മുഖ്യധർമ്മങ്ങൾ നിറവേറ്റാൻ കഴിവുണ്ട്. ഈ കഴിവ് നഷ്ടപ്പെടുന്ന നിമിഷം അത് വിഘടിക്കുന്നു. പ്രോട്ടീൻ വസ്തുക്കളുടെ അസ്തിത്വരൂപമാണ് ജീവൻ. ഈ നിർവ്വചനം ആദ്യം നല്കിയത് ഏംഗൽസ് ആണ്. വിബ്രിയോകളുടെയും മൈക്രോക്കോക്കസുകളുടെയും കാര്യമെടുക്കാം. ഈ രണ്ടിനം ബാക്ടീരിയകളും കോശകേന്ദ്രമില്ലാത്ത പ്രോട്ടീൻ മണികളാണ്. അരൂപിയായ പ്രോട്ടീൻകണത്തിന്റെ അടുത്ത മുന്നേറ്റം എന്തായിരുന്നിരിക്കണം? വികസന ക്ഷമതയുള്ള പ്രോട്ടീൻ മണികൾ ആദ്യം

തന്നെ കോശചർമ്മവും, കോശമർമ്മവും രൂപീകരിച്ചുകൊണ്ട് കോശമായിത്തീരുകയാണ് ചെയ്തിട്ടുണ്ടാവുക. രൂപമാർജ്ജിക്കാനുള്ള പ്രവണത എല്ലാ പ്രോട്ടീൻ വസ്തുക്കൾക്കും സവിശേഷമായിട്ടുള്ളതാണ്. ജൈവലോകത്തിന്റെ ആകൃതി വികാസത്തിന് അടിത്തറ പാകിയത് ഈ പ്രഥമ കോശമാണ്. കോശചർമ്മം, കോശമർമ്മം എന്നിവയുടെ രൂപീകരണം ഒരു പരിവർത്തന ദശയാണ്. ചുറ്റുപാടുകളിൽനിന്നും ഒരു കോശം കോശസ്തരത്തിൽക്കൂടി അവയ്ക്കാവശ്യമായ ജലം, ജൈവവസ്തുക്കൾ, അജൈവവസ്തുക്കൾ എന്നിവ സ്വീകരിക്കുന്നു. ജലത്തിൽ വളരുന്ന കോശങ്ങൾ ജലത്തിൽ നിന്നും ആവശ്യമുള്ള പദാർത്ഥങ്ങൾ ആഗിരണം ചെയ്യുന്നു. മറ്റൊരു തരത്തിൽ പോഷണം നടത്തുന്നുവെന്ന് പറയാം. ഇങ്ങനെ ആഗിരണം ചെയ്യുന്നതിന് കോശത്തിന് ഊർജ്ജം ചെലവഴിക്കേണ്ടിവരുന്നു.

ഏറ്റവും ചെറിയ അംശം തൊട്ട് ഏറ്റവും വലിയ അംശം വരെ, മണൽത്തരി തൊട്ട് സൂര്യഗോളങ്ങൾ വരെ, പ്രോട്ടീൻ മണിതൊട്ട് മനുഷ്യൻ വരെ, പ്രകൃതി ആകെ നിരന്തരം ആവിർഭവിച്ചും തിരോഭവിച്ചും ചെയ്തുകൊണ്ടിരിക്കുന്നു. അവിരാമമായ ചലനത്തിലും, മാറ്റത്തിലുമാണ് ഈ പ്രപഞ്ചം നിലനില്ക്കുന്നത് എന്ന പ്രാപഞ്ചിക വീക്ഷണം ശാസ്ത്രകാരന്മാർ ഗവേഷണങ്ങളുടെ അടിസ്ഥാനത്തിൽ നമ്മുടെ മുന്നിൽ അവതരിപ്പിക്കുന്നു. നിരന്തരമായ മാറ്റം അതാണ് പ്രപഞ്ചത്തിന്റെ അടിസ്ഥാനസവിശേഷത.

ഡാർവിന്റെ പരിണാമ സിദ്ധാന്തം

ജീവൻ ഭൂമിയിൽ തന്നെ സ്വയം ഉണ്ടായതാണോ? അതോ ഭൂമിക്ക് പുറത്ത് നിന്നും വന്നതാണോ? ഈ ചോദ്യം അവശേഷിക്കുന്നു . ആദ്യകാലത്ത് ഭൂമിയിലുണ്ടായിരുന്നത് വെറും സൂക്ഷ്മജീവികൾ മാത്രമാണെന്നാണ് പഠനങ്ങൾ തെളിയിക്കുന്നത്. ഈ സൂക്ഷ്മജീവികൾക്ക് എന്ത് സംഭവിച്ചു? ഇതിനുള്ള ഉത്തരം നല്കുന്ന സിദ്ധാന്തമാണ് ഡാർവിന്റെ പരിണാമ സിദ്ധാന്തം. ജീവികൾക്ക് നിരന്തരം പരിണാമം സംഭവിക്കുമെന്നും അങ്ങനെ പുതിയതരം ജീവികൾ ഉണ്ടാകുന്നുവെന്നും അദ്ദേഹം പഠനങ്ങളിലൂടെ തെളിയിക്കുന്നു. ഈ പരിണാമ പ്രക്രിയയിൽ ഓരോ സാഹചര്യത്തിലും യോഗ്യമായവ മാത്രം നിലനില്ക്കും എന്നും അദ്ദേഹം പറയുന്നു.

ജീവജാലങ്ങളുടെ സവിശേഷതകളെക്കുറിച്ചും അവ വസിക്കുന്ന പ്രദേശങ്ങളുടെ ഭൂഗർഭശാസ്ത്രത്തെക്കുറിച്ചും പഠി

ക്കുന്നതിന് ബീഗ്ൽ (Beagle) എന്ന പായ്കപ്പലിൽ ഡാർവിൻ പഠനപര്യടനം നടത്തി. ഏകദേശം അഞ്ചുവർഷക്കാലം നീണ്ടുനിന്ന പര്യടനം. ലോകത്തെ പല പ്രദേശങ്ങളിലെ ജീവജാലങ്ങളെ അദ്ദേഹം നിരീക്ഷിച്ചു. അങ്ങനെ തെക്കേ അമേരിക്കയുടെ പടിഞ്ഞാറേ തീരത്തിന് അടുത്ത് ശാന്തസമുദ്രത്തിൽ ചിതറിക്കിടക്കുന്ന ഗാലപ്പഗോസ് ദ്വീപസമൂഹത്തിലും അദ്ദേഹം എത്തി. ഗാലപ്പഗോസിലെ ദ്വീപുകളിലെ ആവാസവ്യവസ്ഥകൾ, ജീവജാലങ്ങളുടെ ഘടന, സ്വഭാവസവിശേഷതകൾ, ഭൂമിശാസ്ത്രസവിശേഷതകൾ എന്നിവ വിശകലനം ചെയ്തു പഠിച്ചു. ജീവികൾ മാറ്റങ്ങൾക്ക് വിധേയരാണെന്ന് അദ്ദേഹം നിരീക്ഷിച്ചു. ഒരു ദ്വീപിൽനിന്നും മറ്റൊന്നിലേക്ക് പോകുമ്പോൾ കുരുവിപ്പക്ഷി (Finches) കൾക്കുണ്ടാകുന്ന മാറ്റങ്ങളെ സസൂക്ഷ്മം നിരീക്ഷിച്ചു പഠിച്ചു. ദ്വീപുകളുടെ പരിസ്ഥിതിക്കനുസരിച്ചും ആവാസവ്യവസ്ഥയ്ക്കനുസരിച്ചും കുരുവിപ്പക്ഷികളുടെ ഘടനയിലും സ്വഭാവസവിശേഷതകളിലും വ്യത്യാസങ്ങൾ വന്നതായി കണ്ടു. ഈ നിരീക്ഷണങ്ങളുടെ അടിസ്ഥാനത്തിലാണ് പരിണാമ പ്രക്രിയയിൽ ഓരോ സാഹചര്യത്തിലും അനുയോജ്യമായവ നിലനില്ക്കും എന്ന ആശയത്തിൽ അദ്ദേഹം എത്തിച്ചേർന്നത്.

ഡാർവിന്റെ പരിണാമ സിദ്ധാന്തം അനുസരിച്ച് എന്തായിരിക്കും സംഭവിച്ചിട്ടുണ്ടാവുക? എങ്ങനെയായിരിക്കും മനുഷ്യനുൾപ്പെടെയുള്ള ജീവജാലങ്ങൾ ഉണ്ടായിട്ടുള്ളത്? കോടിക്കണക്കിന് വർഷങ്ങൾ നീണ്ട പരിണാമ പ്രക്രിയ. അതിലൂടെയാണ് സൂക്ഷ്മ ജീവികളിൽനിന്നും മനുഷ്യനുൾപ്പടെയുള്ള ഭൂമിയിൽ കാണുന്ന എല്ലാ ജീവജാലങ്ങളും ഉണ്ടായത്. ഈ പരിണാമപ്രക്രിയക്കിടയിൽ ഭൂമിയിൽ വന്നുപോയത് എത്ര എത്ര ജീവജാലങ്ങൾ. ഇപ്പോൾ ഭൂമിയിലുള്ളതിനേക്കാൾ അനേകമടങ്ങ് വിവിധതരം ജീവജാലങ്ങൾ.

കോശമർമ്മവും, കോശചർമ്മവും പ്രോട്ടീൻ മണി അതിന്റെ ഉള്ളടക്കത്തിൽനിന്നും അല്ലെങ്കിൽ അതിലടങ്ങിയിരിക്കുന്ന പദാർത്ഥങ്ങളിൽ നിന്നും വേർതിരിച്ചെടുക്കുകയും പരമ്പാർജ്ജിതമായ ഒരു നിശ്ചിതഘടന സ്വീകരിക്കുകയും ചെയ്യുകയാണുണ്ടായത്. പരസഹസ്രവർഷങ്ങൾ നീണ്ടുനിന്ന പരിണാമത്തിലൂടെയാണ് ഇത് സാദ്ധ്യമായിത്തീർന്നിട്ടുള്ളത്.

കോശമുള്ളവയും ഇല്ലാത്തതുമായ അസംഖ്യം ജാതികളാണ് ആദ്യം വളർച്ച പ്രാപിച്ചിട്ടുള്ളത്. ഫോസിലുകളുടെ പഠനം തെളിയിക്കുന്നത് അതാണ്. ആ ജാതികളിൽ ചിലത് ആദ്യത്തെ സസ്യങ്ങളായും മറ്റുള്ളവ ആദ്യത്തെ ജന്തുക്കളായും ക്രമേണ വേർതിരിഞ്ഞു. ആദ്യത്തെ ആ ജന്തു നിരവധി വർഗ്ഗങ്ങളും കുടുംബങ്ങളും ഗണങ്ങളും ജാതികളായും വളർന്നുവന്നു. അവസാനമായി വികാസം പ്രാപിച്ചത് നട്ടെല്ലുള്ളവയാണ്. ആ രൂപത്തിലാണ് നാഡീവ്യൂഹം പൂർണ്ണ വളർച്ചയിലെത്തുന്നത്. അവയുടെ കൂട്ടത്തിൽ തന്നെ അവസാനം മനുഷ്യൻ വളർന്ന് രൂപം കൊണ്ടു.

സസ്യങ്ങളായിരുന്നു ആദ്യ ബഹുകോശ ജീവികൾ എന്നാണ് ഫോസിൽ പഠനങ്ങൾ വിരൽ ചൂണ്ടുന്നത്. ആൽഗ വർഗ്ഗത്തിൽപ്പെട്ടവയായിരുന്നു അവ എന്നാണ് ഇതുവരെ ഉണ്ടായ കണ്ടെത്തലുകൾ സൂചിപ്പിക്കുന്നത്. പലവർണ്ണ വസ്തുക്കളും ആൽഗയിൽ രൂപം കൊണ്ടു. പക്ഷേ, ഹരിതവർണ്ണവസ്തുവിന്റെ അളവിൽ ഏറ്റക്കുറച്ചിലുകൾ ഉണ്ടായിരുന്നു. മറ്റുവർണ്ണ വസ്തുക്കൾ അധികമുള്ള ആൽഗകൾ ഭൂമിയാകെ പടർന്നിരുന്നു. അവയിലൊന്നാണ് ചുവന്ന ആൽഗകൾ. കടലിലും കരയിലും ആൽഗകളെ നിലനിർത്തിയത് പ്രകാശസംശ്ലേഷണം ആയിരുന്നു. ഇന്ന് നാം കാണുന്ന തരത്തിലുള്ള പ്രകാശസംശ്ലേഷണം ആയിരുന്നില്ല അന്ന് ഉണ്ടായിരുന്നത്. സൗരോർജ്ജം സ്വീകരിച്ച് അജൈവ വസ്തുക്കളെ ആഹാരമാക്കിമാറ്റുന്ന പ്രക്രിയയുടെ ഏറ്റവും ലളിത രൂപമായിരുന്നു അന്ന് ആവിർഭവിച്ചത്.

അകശേരുകികൾക്കും കശേരുകികൾക്കും ഇടയ്ക്കുള്ള ഒരു പരിവർത്തന രൂപത്തെ കുറിക്കുന്ന മത്സ്യസദൃശമായ ചെറിയൊരു ജീവിയാണ് അംഫിയോക്സസ് (Amphioxus). ഇതിനെ ലാൻസെലറ്റ് (Lancelet) മത്സ്യമെന്നും വിളിക്കും. ഇത് ചില കടലുകളിൽ കാണുന്നു. തെക്കേ അമേരിക്കയിൽ കാണപ്പെടുന്ന ലെപ്പിഡോസിറെൻ (Lepi-dosiren) എന്ന മത്സ്യം ശ്വാസകോശങ്ങളും ചെകിളകളുമുള്ള ഉഭയശ്വാസി മത്സ്യങ്ങളുടെ ജാതിയിൽ പെട്ടതാണ്. ഈ മത്സ്യങ്ങളെ ആമസോൺ മഡ്ഫിഷ് (Amazon Mudfish) എന്നും വിളക്കും. വംശനാശം വന്ന സെററ്റോഡസ് (Ceratodus) എന്ന മത്സ്യമാണ് ശ്വാസകോശവും ചെകിളകളുമുണ്ടായിരുന്ന മറ്റൊരിനം മത്സ്യം. ആർ

ക്കിയോപ്ടെറിക്സി (Archeopteryx) നെക്കുറിച്ച് നിങ്ങൾ കേട്ടിട്ടുണ്ടാകും, വംശനാശം വന്ന ഈ ജന്തു പക്ഷികളുടെ പ്രാചീനപ്രതിനിധിയാണ്. ഇവയ്ക്ക് ഇഴജന്തുക്കളുടെ ലക്ഷണങ്ങളും ഉണ്ട്. ഇനിയുമുണ്ട് ധാരാളം അടയാളങ്ങൾ. ഡാർവിൻ പരിണാമസിദ്ധാന്തം ആവിഷ്കരിച്ചപ്പോൾ ഇവയെല്ലാം പരിഗണിച്ചിരുന്നു.

മനുഷ്യനും ആവിർഭവിക്കുന്നത് തരംതിരിവിലൂടെയാണ്. പ്രകൃതി സൃഷ്ടിച്ചിട്ടുള്ള ഏറ്റവും സങ്കീർണ്ണമായ ജൈവവസ്തുവെന്ന നിലയിലേക്കുള്ള മനുഷ്യന്റെ വികാസത്തിനുമുണ്ട് ഒരു ചരിത്രം. പരസഹസ്രം വർഷത്തെ സമരത്തിന് ശേഷം കൈകാലുകൾ തമ്മിലുള്ള വേർതിരിവും നിവർന്ന് നില്ക്കുവാനുള്ള കഴിവും അന്തിമമായി സ്ഥാപിതമായതോടെ വാനരൻ നരനായി മാറി. തലച്ചോറിന്റെ വമ്പിച്ച വികാസം സ്പഷ്ടമായ ഉച്ചാരണത്തിന്റെ വളർച്ചയ്ക്ക് അടിത്തറയിട്ടു. തലച്ചോറിന്റെ ആ വികാസമാകട്ടെ മനുഷ്യനും കുരങ്ങും തമ്മിലുള്ള വിടവ് നികത്താനാകാത്തായി തീർത്തു. കൈയുടെ സവിശേഷതയും പെരുവിരലിന് കിട്ടിയ സ്വാതന്ത്ര്യവും പണിയായുധങ്ങളുടെ ആവിർഭാവത്തെ വിവക്ഷിക്കുന്നു. പണിയായുധങ്ങൾ മനുഷ്യന് സവിശേഷമായിട്ടുള്ളവയാണ്. ഇവ പ്രകൃതിയെ രൂപപ്പെടുത്താനുള്ള മനുഷ്യന്റെ പ്രവർത്തനത്തെ അതായത് ഉല്പാദനത്തെ വിവക്ഷിക്കുന്നു. ജന്തുക്കൾക്കും പണിയായുധങ്ങൾ ഉണ്ട്. പക്ഷേ, അവ അവരുടെ ശരീരാവയവങ്ങൾ എന്ന നിലയ്ക്കുമാത്രമാണ്. ഉദാഹരണത്തിന് ഉറുമ്പും തേനീച്ചയും ജന്തുക്കളും ഒക്കെ ഉല്പാദനം നടത്തുന്നുണ്ട്. പക്ഷേ, ചുറ്റുമുള്ള പ്രകൃതിയെ രൂപപ്പെടുത്തുന്നതിൽ അവയുടെ സ്വാധീനം പൂജ്യമാണ്. കിളി കൂടുണ്ടാക്കുന്നുണ്ട്. ഒരേതരം കൂടാണ് എന്നും ഉണ്ടാക്കുന്നത്. എന്നാൽ മനുഷ്യന് പുതിയ സാങ്കേതിക വിദ്യ വികസിപ്പിക്കാനും അതനുസരിച്ച് വീടിന് മാറ്റം വരുത്താനും കഴിയും. മനുഷ്യന് മാത്രമാണ് പ്രകൃതിയിൽ തന്റെ മുദ്ര പതിപ്പിക്കുവാൻ കഴിഞ്ഞിട്ടുള്ളത്.

പരിണാമസിദ്ധാന്തവും സ്കൂൾ പാഠ്യപദ്ധതിയും

ഡാർവിന്റെ പരിണാമ സിദ്ധാന്തത്തെയും മതമേധാവികൾ വെറുതെ വിട്ടില്ല. 1859 ൽ ചാൾസ് ഡാർവിൻ സ്പീഷ്യസുകളുടെ

ഉല്പത്തി പ്രസിദ്ധീകരിച്ചപ്പോൾ തന്നെ മതമേധാവികൾ എതിർപ്പുകളുമായി വന്നു. കുട്ടികളെ പരിണാമസിദ്ധാന്തം പഠിപ്പിക്കുവാൻ അനുവദിച്ചില്ല. 1925 ൽ അമേരിക്കയിലെ ടെന്നസ്സ സംസ്ഥാനത്ത് പരിണാമ സിദ്ധാന്തം പഠിപ്പിച്ച തോമസ് സ്കോപ്സ് എന്ന അദ്ധ്യാപകനെ അവർ ശിക്ഷിച്ചു. 1960 ൽ അമേരിക്കയിലെ പ്രൊട്ടസ്റ്റൻസ് മതമേധാവികൾ സൃഷ്ടിവാദം പരിണാമവാദം പോലെതന്നെ ശാസ്ത്രീയ മാണെന്ന നിലപാടിൽ നിന്നുകൊണ്ട് അമേരിക്കയിലെ വലതുപക്ഷരാഷ്ട്രീയ ശക്തികളെ കൂട്ടുപിടിച്ചു. എന്നിട്ടവർ ക്ലാസുമുറികളിൽ പരിണാമ വാദത്തോടൊപ്പം സൃഷ്ടിവാദവും പഠിപ്പിക്കണമെന്ന നിയമങ്ങൾ പാസാക്കി. ഇതിനെതിരെ സയൻസ് അദ്ധ്യാപകരും ശാസ്ത്രജ്ഞന്മാരും ശാസ്ത്രത്തെ അംഗീകരിക്കുന്ന രക്ഷിതാക്കളും അണിനിരന്നു. ചിലർ കോടതികളെ സമീപിച്ചു. കോടതി എന്താണ് ചെയ്തതെന്നോ? സൃഷ്ടിവാദക്കാരുടെ വാദം കേട്ടു. ആശയങ്ങൾ വിശദമായി പരിശോധിച്ചു. കോടതി ഒരു ശാസ്ത്രവും അവയിൽ കണ്ടില്ല. സൃഷ്ടിവാദം മതപ്രചാരണത്തിനുള്ള ഉപാധിയാണെന്ന് കോടതി അഭിപ്രായപ്പെട്ടു. സൃഷ്ടിവാദം കോടതി തടഞ്ഞു. സൃഷ്ടിവാദക്കാരുടെ പിടിവാശിമൂലം അമേരിക്ക ശാസ്ത്ര രംഗത്ത് പിന്നിലായി. അതേസമയം അന്നത്തെ സോവിയറ്റ് യൂണിയൻ ബഹിരാകാശത്തിലേക്ക് ചുവട് വച്ചു. അവർ സ്പുട്നിക് വിക്ഷേപിച്ചു. തെറ്റുമനസ്സിലാക്കിയ അമേരിക്ക ശാസ്ത്ര പഠനം മനസ്സിലാക്കാൻ സ്കൂൾ പാഠ്യപദ്ധതി പരിഷ്കരിച്ചു. പിന്നീടുണ്ടായ അമേരിക്കയുടെ കുതിപ്പ് പറയേണ്ടതില്ലല്ലോ. നമ്മുടെ സ്ഥിതിയെന്താണ്?

തന്മാത്രാജീവശാസ്ത്രത്തിന്റെ കാലഘട്ടത്തിലാണ് നാമിപ്പോൾ. പരിണാമസിദ്ധാന്തത്തിന് പിൻബലം നല്കിക്കൊണ്ട് ജീവശാസ്ത്രം അതിന്റെ മുന്നേറ്റം തുടരുകയാണ്. ഈ മുന്നേറ്റം മത മൗലികവാദികളെ പരിഭ്രാന്തരാക്കുന്നുണ്ട്. എന്നാൽ, റോമിലെ മാർപാപ്പ പരിണാമവാദത്തെ അംഗീകരിക്കാനും സൃഷ്ടിവാദത്തെ വെറും കഥയായി കാണാനും തയ്യാറായി. മാർപാപ്പയുടെ നിലപാട് മാറ്റത്തിന് കാരണമെന്താകാം? തന്മാത്രാ ജീവശാസ്ത്രം നല്കുന്ന തെളിവുകളുടെ ശക്തിയും യുക്തിയും തന്നെയാണ് മാർപാപ്പയുടെ പുതിയ നിലപാടിന് കാരണം.

പരിണാമവാദത്തിന് ശാസ്ത്രീയ അടിത്തറ

ഒരേ ജാതിയിൽപ്പെട്ട വ്യത്യസ്തയിനം മൃഗങ്ങൾ അച്ഛനമ്മമാരായി വരുമ്പോൾ സങ്കരയിനങ്ങൾ ഉണ്ടാകുന്നുവെന്ന് നൂറ്റാണ്ടുകൾക്ക് മുമ്പ് കൃഷിക്കാർ മനസ്സിലാക്കിയിരുന്നു. കുതിരയ്ക്കും, കഴുതയ്ക്കും ജനിക്കുന്ന സന്തതിയാണ് കോവർ കഴുത എന്ന് നിങ്ങൾക്കറിയാം. സസ്യങ്ങളിലും സങ്കര യിനങ്ങളെ കർഷകർ തിരിച്ചറിയുകയും അവയുടെ വിത്തുകൾ കൂടുതൽ വിളകൾക്കായി പ്രയോജനപ്പെടുത്തുകയും ചെയ് തിരുന്നു. ഇക്കാര്യങ്ങൾ മനസ്സിൽ വച്ചുകൊണ്ട് ഗ്രിഗർ മെൻഡൽ തന്റെ ഉദ്യാനത്തിലെ പയർച്ചെടികളിൽ പരീക്ഷണങ്ങൾ നടത്തി. ഈ പരീക്ഷണങ്ങളിൽനിന്നും അദ്ദേഹം പാരമ്പര്യനിയമങ്ങൾ കണ്ടെത്തി. 1886 ൽ ഗ്രിഗർ മെൻഡലിന്റെ പാരമ്പര്യനിയമങ്ങൾ സംബന്ധിച്ച ഗവേഷണ പ്രബന്ധം പുറത്തുവന്നു. ആധുനിക ജനിതകശാസ്ത്രത്തിന്റെ പിതാവാണ് ഗ്രിഗർ മെൻഡൽ.

അണ്ഡബീജകോശങ്ങളിലെ ഏതു ഭാഗമാണ് ഈ പാരമ്പര്യം സന്തതികളിലേക്ക് കൈമാറുന്നത്? ഈ ചോദ്യത്തിന് ഉത്തരം കണ്ടെത്തുവാൻ കോശമർമ്മത്തിന്റെ ഉള്ളറകളിലേക്ക് ശാസ്ത്രജ്ഞന്മാർ കടന്നുചെന്നു.

1869 ൽ സ്വിസ് ഭിഷഗ്വരനായ ഫ്രീയഡ്രിച്ച് മിയെഷർ (Friedrich Miesher) ഫോസ്ഫറസ് ഉയർന്ന അളവിലുള്ള ഒരു പദാർത്ഥം വെളുത്ത രക്താണുവിന്റെ മർമ്മത്തിൽനിന്നും

വേർതിരിച്ചെടുത്തു. ന്യൂക്ലിയസിൽ നിന്നും വേർതിരിച്ചെടുത്ത തുകൊണ്ട് ന്യൂക്ലിൻ (Nuclein) എന്ന് പേര് അദ്ദേഹം അതിന് കൊടുത്തു. അദ്ദേഹം വേർതിരിച്ചെടുത്തത് യഥാർത്ഥത്തിൽ ഡി എൻ എ (Deoxy ribo nuclic acid) ആയിരുന്നു. കോശത്തിൽ ന്യൂക്ലിക്കാസിഡുകൾ ഉണ്ടെന്ന് അദ്ദേഹത്തിന്റെ പരീക്ഷണം തെളിയിച്ചു. ഡി എൻ എ കണ്ടെത്തി 75 വർഷങ്ങൾ കഴിഞ്ഞ് 1944 ൽ ഒസ്വാൾഡ് അവേറി (Oswald Avery) എന്ന ശാസ്ത്ര ജ്ഞൻ പാരമ്പര്യത്തിന്റെ വാഹകൻ ഡി എൻ എ ആണെന്ന് കണ്ടെത്തി. ന്യുമോണിയയ്ക്ക് കാരണമാകുന്ന ബാക്ടീരി യകളിലാണ് അദ്ദേഹം പരീക്ഷണം നടത്തിയത്. ഡി എൻ എ കണ്ടെത്തിയ ഫ്രിയഡ്രിച്ച് മിയെഷർ ഒരിക്കലും വിചാരിച്ചില്ല താൻ കണ്ടെത്തിയ ഡി എൻ എ ജീവന്റെ രഹസ്യം തേടിയുള്ള യാത്രയിലെ സുപ്രധാന തന്മാത്രയായിമാറുമെന്ന്. ജീവനെക്കു റിച്ചുള്ള അറിവിന്റെ മറ്റൊരു സുപ്രധാന നാഴികക്കല്ലായിരുന്നു ഡി എൻ എയുടെ കണ്ടുപിടുത്തം. ജീവികളുടെ ഓരോ കോശ ത്തിലും ഡി എൻ എ തന്മാത്രകളുണ്ട്. ഇവ ജീവനുമായി ബന്ധപ്പെട്ട ജനിതക വിവരങ്ങൾ സംഭരിച്ചിരിക്കുന്നു. ഡി എൻ എ തന്മാത്രകളിൽ സംഭരിച്ചിരിക്കുന്ന ഈ വിവരങ്ങൾക്കനുസ

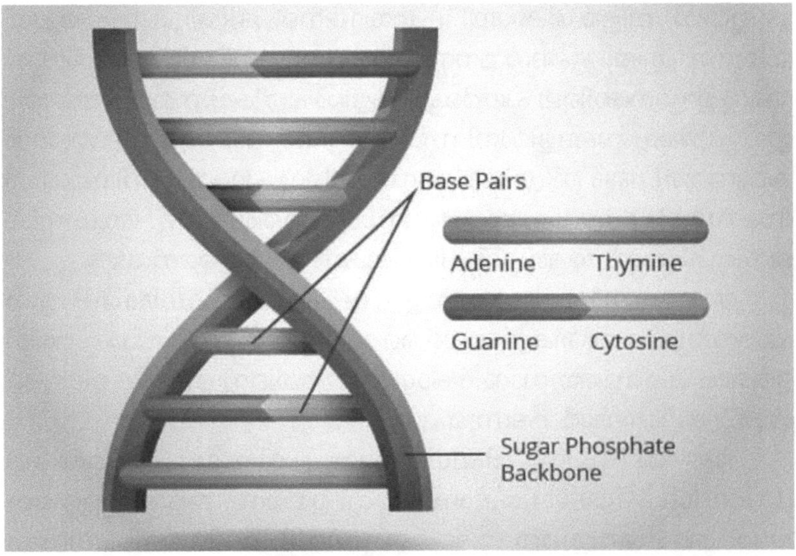

രിച്ചാണ് ജീവികളുടെ ഘടന മാറുന്നതെന്ന് ശാസ്ത്രലോകം കണ്ടെത്തി. ഡി എൻ എയുടെ ഘടന നമുക്ക് പരിശോധിക്കാം.

ഡി എൻ എയുടെ ഘടന

ഇരട്ട ഇഴകൾ പിരിച്ചു വച്ചിരിക്കുന്ന (Double helix) ഘടനയാണ് ഡി എൻ എയ്ക്കുള്ളത്. അതായത് പിണച്ച ഏണിപോലെ (Twisted ladder). 1953 ൽ ജയിംസ് വാട്സണും (James Watson) ഫ്രാൻസിസ് ക്രിക്കും (Francis Crick) ചേർന്നാണ് ഡി എൻ എയുടെ ഇരട്ടപ്പിരി ഘടന കണ്ടെത്തിയത്. ഇഴകൾ നിർമ്മിച്ചിട്ടുള്ളത് ന്യൂക്ലിയോ ടൈഡുകൾ കൊണ്ടാണ്. ഒരു ന്യൂക്ലിയോ ടൈഡിന് 3 ഭാഗങ്ങൾ ഉണ്ട്. ഡിയോക്സീ റൈബോസ് എന്ന പഞ്ചസാര തന്മാത്ര, ഫോസ്ഫേറ്റ് ഗ്രൂപ്പ്, നൈട്രജൻ ബേസുകൾ എന്നിവയാണവ. ന്യൂക്ലിക്കാസിഡുകളിലെ ഘടകങ്ങളും അവയുടെ ക്രമീകരണവും (ഫോസ്ഫേറ്റ് - പഞ്ചസാര- നൈട്രജൻ ബേസ്) കണ്ടെത്തിയത് ഫീബസ് ലെവെനേ (Phoebus Levene) എന്ന ശാസ്ത്രജ്ഞനാണ്. മേല്പറഞ്ഞ ഘടകങ്ങൾ ഒത്തുചേർന്ന ഭാഗത്തിന് ന്യൂക്ലിയോ ടൈഡ് എന്ന പേര് നല്കിയതും അദ്ദേഹമാണ്. 1919 ലാണ് ഈ കണ്ടുപിടുത്തങ്ങൾ അദ്ദേഹം നടത്തിയത്.

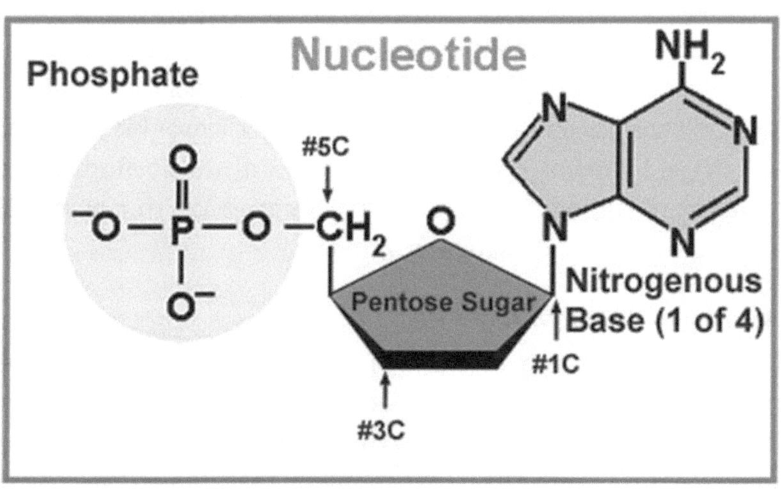

നൈട്രജൻ ബേസുകൾ 4 തരമുണ്ട്. അഡിനിൻ (Adenine), ഗ്വാനിൻ (Guanine) സൈറ്റോസിൻ (Cytosine), തൈമൈൻ (Thymine) എന്നിവയാണവ. A, G, C, T എന്നീ നാല് അക്ഷരങ്ങൾ കൊണ്ട് നമുക്കവയെ സൂചിപ്പിക്കാം. ഇവയാണ് ഡി എൻ എയിലെ അക്ഷരമാലകൾ. ഈ അക്ഷരമാലകളുടെ അനുക്രമമാണ് ജനിതക വിവരങ്ങൾ. ബെയിസുകളുടെ അനുക്രമീകരണത്തിന് ഒരു ഗുപ്തഭാഷ (Genetic Code) യുണ്ട്. ഡി എൻ എ തന്മാത്രകളുടെ ജനിതക കോഡിൽ ഒരു ജീവജാലത്തെ അതിന്റെ പൂർണ്ണവളർച്ച എത്തിക്കുന്നതിന് വേണ്ട പ്രോട്ടീനുകളുടെ ഉല്പാദനത്തിനുള്ള നിർദ്ദേശങ്ങളും ജീവിയിൽ അന്തർല്ലീനമായി സ്വഭാവ സവിശേഷതകളും വംശ പാരമ്പര്യങ്ങളും തുടങ്ങി ഒട്ടേറെ വിവരങ്ങൾ സൂക്ഷിച്ചിരിക്കുന്നു.

രണ്ട് ഇഴകളിലും ന്യൂക്ലിയോടൈഡ് ഉണ്ടാകുമല്ലോ. ബേസുകളിൽ ജോഡികളുണ്ട്. അഡിനിനും (A) തൈമൈനു (T) നുമാണ് ഒരു ജോഡി. ഗ്വാനി (G) നും സൈറ്റോസി (C) നുമാണ് മറ്റൊരു ജോഡി. ഒരു ഇഴയിലുള്ള A യും രണ്ടാമത്തെ ഇഴയിലെ T യും തമ്മിലാണ് ചേർച്ച. അതുപോലെ ഒരു ഇഴയിലെ G യും രണ്ടാമത്തേതിലെ C യും തമ്മിലാണ് ചേർച്ച. ഇത്തരത്തിൽ രണ്ടിഴകളിലെ ബേസുകളെ തമ്മിൽ ചേർത്തിരിക്കുന്നത് ഹൈഡ്രജൻ ബന്ധനം (Hydrogen Bond) കൊണ്ടാണ്. സ്വാഭാവികമായും രണ്ടിഴകളിലേയും നൈട്രജൻ ബെയിസുകളുടെ ക്രമം വ്യത്യസ്തമായിരിക്കുമല്ലോ. പ്രോകാരിയോട്ടിലും യുകാരിയോട്ടിലും ഡി എൻ എ ഉണ്ട്. യുകാരിയോട്ടിൽ ഡി എൻ എ ന്യൂക്ലിയസിനുള്ളിൽ കാണുന്നു. പ്രോകാരിയോട്ടിൽ ന്യൂക്ലിയസ് ഇല്ലല്ലോ. അതുകൊണ്ടുതന്നെ മർമ്മ സ്ഥലത്താൽ ചുറ്റപ്പെട്ടല്ല ഡി എൻ എ കാണുന്നത്.

അത്ഭുത തന്മാത്ര

അത്ഭുതകരമായ കഴിവുകളുള്ള ഡി എൻ എ തന്മാത്രയ്ക്ക് അതേപോലുള്ള മറ്റൊരു പകർപ്പ് നിർമ്മിക്കുന്നതിനുള്ള കഴിവുണ്ട്. ഡി എൻ എയുടെ ഈ പ്രത്യേക ഗുണംകൊണ്ടാണ് ഒരു കോശം വിഭജിച്ച് രണ്ടായിത്തീരുമ്പോൾ ആ രണ്ട്

കോശങ്ങളും ആദ്യത്തെ കോശം പോലിരിക്കുന്നത്. ഡി എൻ എയിലെ ജനിതകവിവരങ്ങൾ പകർപ്പിനോടൊപ്പം കൃത്യമായി കൈമാറുന്നതുകൊണ്ടാണ് ഇങ്ങനെ സംഭവിക്കുന്നത്. ആകൃതി, പ്രകൃതി തുടങ്ങി എല്ലാപാരമ്പര്യവിവരങ്ങളും സന്താനങ്ങളിലേക്ക് കൈമാറുന്നത് ഡി എൻ എയാണ്. ഡി എൻ എയുടെ കഴിവുകൊണ്ടാണ് കോഴിയുടെ മുട്ടവിരിഞ്ഞ് താറാവാകാത്തതും താറാവിന്റെ മുട്ടവിരിഞ്ഞ് കോഴിയാകാത്തതും. ഡി എൻ

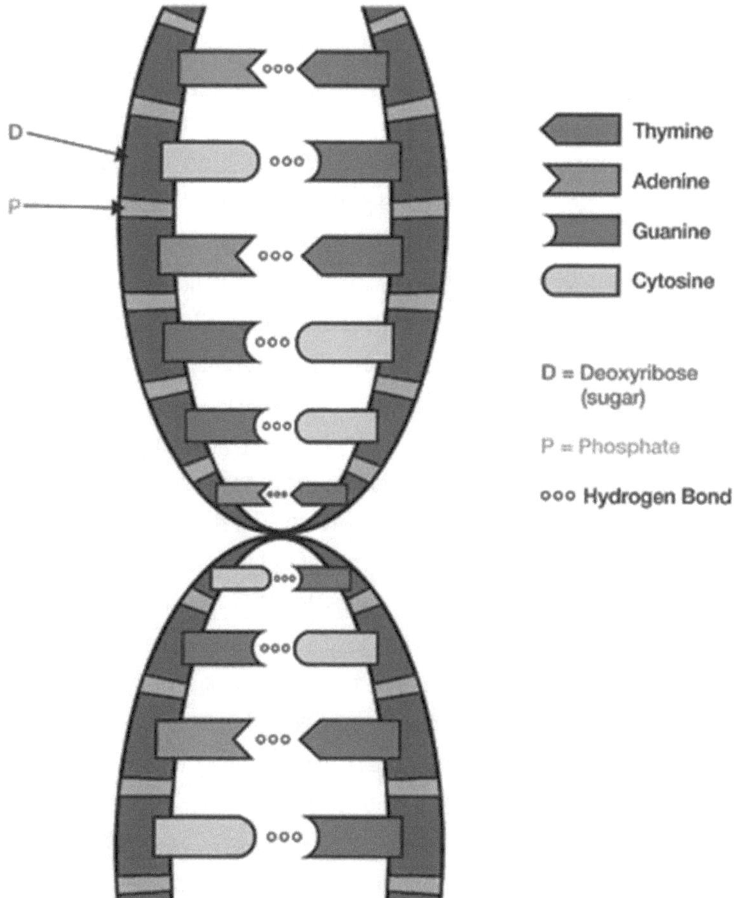

ഡി എൻ എ ഘടന

എയുടെ ഇത്തരം കഴിവുകൾ കുട്ടിയുടെ രക്ഷാകർത്തൃത്വം തെളിയിക്കാനും, കുറ്റവാളിയെ കണ്ടുപിടിക്കാനും പ്രയോജന പ്പെടുത്തുന്നു. ഡി എൻ എ ടെസ്റ്റ് നടത്തിയാണ് ഇതൊക്കെ കണ്ടുപിടിക്കുന്നത്. ജീവരസതന്ത്രവും ഡി എൻ എയും ഉപ യോഗിച്ച് കുറ്റകൃത്യങ്ങൾ കണ്ടെത്തുന്നതിനുള്ള സങ്കേതം വിക സിപ്പിച്ചെടുത്തത് 1984 ൽ അലി ജഫ്റെയ്സ് (Alee Jeffreys) എന്ന ശാസ്ത്രജ്ഞനാണ്.

കോശങ്ങൾ വിഘടിച്ച് രണ്ടാകുമ്പോൾ ഡി എൻ എയുടെ പകർപ്പുകൾ സൃഷ്ടിക്കപ്പെടുമല്ലോ. ഇങ്ങനെ പുതിയതായി ഉണ്ടാകുന്ന ഡി എൻ എ തന്മാത്രയിൽ ശേഖരിച്ചിരിക്കുന്ന ജനി കത വിവരങ്ങൾക്ക് തെറ്റു സംഭവിക്കുമോ? എങ്കിൽ എന്തായി രിക്കും അതിന്റെ ഫലം? ചിലപ്പോൾ തെറ്റുകൾ വരാം. ഈ തെറ്റുകൾക്ക് ഉൾപരിവർത്തനം (Mutation) എന്നുപറയാം. ഇത്തരം തെറ്റുകൾ അല്ലെങ്കിൽ മ്യൂട്ടേഷൻ മൂലം ഡി എൻ എയിലെ ന്യൂക്ലിയോടൈഡുകളുടെ തന്മാത്രാ ഘടനയ്ക്ക് മാറ്റം വരാം. അങ്ങനെ ഡി എൻ എയിലെ ബേസുകളുടെ അനുക്രമീക രണം മാറാം. എന്നുവച്ചാൽ ഒന്നോ ഒന്നിലധികമോ ബേസുകൾ നീക്കം ചെയ്യപ്പെടുകയോ, ഇടയ്ക്ക് തിരുകിക്കേറ്റപ്പെടുകയോ, പകരം വയ്ക്കപ്പെടുകയോ ചെയ്യാം. മ്യൂട്ടേഷൻ ചിലപ്പോൾ ദോഷകരമായി ഭവിക്കാം. അതിന്റെ ഫലമായി ജീവി രോഗാതുരനായിത്തീരുന്നു. ജീവിക്ക് ജീവഹാനി സംഭവിക്കാം. ഉദാഹരണത്തിന് കാൻസർ രോഗം ദോഷകരമായി ബാധിക്കുന്ന മ്യൂട്ടേഷൻ വഴിയാണ് ഉണ്ടാകുന്നത്. ചിലപ്പോൾ മ്യൂട്ടേഷൻ ഒരു മാറ്റവും ജീവിക്കുണ്ടാക്കുന്നില്ല. മ്യൂട്ടേഷൻ ജീവിക്ക് ഗുണ കരമാകുന്നുവെങ്കിൽ നിലനില്പിനുള്ള സാദ്ധ്യത കൂടുന്നു. ജീവിക്ക് പ്രയോജനപ്പെടുന്ന മ്യൂട്ടേഷൻ ലൈംഗികകോശങ്ങളായ അണ്ഡത്തിലും, ബീജത്തിലും നടക്കുകയാണെങ്കിൽ പുതിയജാ തികൾ പുതിയ സവിശേഷതകളുമായി പിറക്കും. പരിസ്ഥിതി യുമായി നല്ലവണ്ണം ഇണങ്ങി ജീവിക്കാനുള്ള കരുത്തോടെ അവ വളരും. മ്യൂട്ടേഷൻ വഴി ഒരേ ജാതിയിൽപ്പെട്ടവയിൽ തന്നെ ജനിതകമാറ്റങ്ങൾ വരാം. ഉദാഹരണത്തിന് തലമുടിയുടെ നിറം, തൊലിയുടെ നിറം, മുഖത്തിന്റെ രൂപവ്യത്യാസങ്ങൾ എന്നിവ സംഭവിക്കാം. പരിണാമം ഇത്തരത്തിലൊക്കെ സംഭവിക്കാമെന്ന്

ശാസ്ത്രജ്ഞന്മാർ ചൂണ്ടിക്കാണിക്കുന്നു. ഇതിനുള്ള തെളിവുകളും അവർക്കുണ്ട്. രാസപദാർത്ഥങ്ങൾ, പാരിസ്ഥിതിക പ്രശ്നങ്ങൾ, അൾട്രാവയലറ്റ് കിരണങ്ങൾ തുടങ്ങിയവ മ്യൂട്ടേഷന് കാരണമാകുന്നുവെന്ന് ശാസ്ത്രജ്ഞന്മാർ തിരിച്ചറിഞ്ഞിട്ടുണ്ട്. ജനിതക വിവരങ്ങൾ വൈറസുകൾ വഴിയോ മറ്റു രീതികളിലോ ജീവികൾ തമ്മിൽ കൈമാറാം. അതിലൂടെയും പരിണാമം സംഭവിക്കാമെന്ന് കണ്ടെത്തിയിട്ടുണ്ട്. അങ്ങനെ ഡി എൻ എയുടെ കണ്ടുപിടിത്തത്തോടെ ഡാർവിന്റെ പരിണാമ സിദ്ധാന്തത്തിന് കൂടുതൽ ശാസ്ത്രീയ അടിത്തറ ഉണ്ടായി. ശാസ്ത്രലോകത്തിന്റെ വലിയൊരു നേട്ടമാണിത്.

പരിണാമവാദത്തിന് ശക്തമായ തെളിവുകൾ

ഭൂമിയിലെ എല്ലാ ജീവികളും ഒന്നിൽനിന്ന് പരിണാമം ചെയ്ത് ഉണ്ടായതാണോ? അതിനുള്ള വാദത്തിന് ശക്തിയായ തെളിവുകളാണ് ഇപ്പോൾ ഉള്ളത്. ഈ തെളിവുകൾ നമുക്ക് പരിശോധിക്കാം. ഡി എൻ എയിൽ ജീവികളുടെ ജനിതകവിവരങ്ങൾ ഉണ്ടെന്ന് നിങ്ങൾ അറിഞ്ഞല്ലോ. ജനിതക വിവരങ്ങൾ ഗുപ്തഭാഷയിലാണ് ശേഖരിച്ചിരിക്കുന്നതെന്ന് തന്മാത്രാ ജീവശാസ്ത്രജ്ഞന്മാർ കണ്ടെത്തി. ഡി എൻ എയിൽ ജനിതക വിവരങ്ങൾ ശേഖരിച്ചുവെക്കാൻ പല ഗുപ്തഭാഷകളും ഉപയോഗിക്കാമെന്നിരിക്കെ ഭൂമിയിലെ എല്ലാ ജീവികളും ഒരേ ഗുപ്തഭാഷയാണ് ഉപയോഗിക്കുന്നത്. ഇത് വിവർത്തനം ചെയ്താണ് കോശങ്ങളിൽ പല പ്രവർത്തനങ്ങൾക്കാവശ്യമായ പ്രോട്ടീനുകൾ നിർമ്മിക്കപ്പെടുന്നത്. ആദ്യം അമിനോ അമ്ലങ്ങളാണ് നിർമ്മിക്കപ്പെടുന്നത്. ഭൂമിയിലുള്ള എല്ലാ ജീവകോശങ്ങളും ഡി എൻ എ യുടെ ഈ സാങ്കേതിക വിദ്യ ഉപയോഗിച്ചാണ് പ്രവർത്തിക്കുന്നത്. പലതരം അമിനോ ആസിഡ് തന്മാത്രകൾ അടുക്കി ഘടിപ്പിച്ചാണ് ജിവകോശങ്ങളിൽ പ്രോട്ടീനുകൾ നിർമ്മിക്കപ്പെടുന്നത്. അനേകം അമിനോ ആഡിഡുകൾ ഉണ്ടായിട്ടും അതിൽ 20 എണ്ണം മാത്രമേ ഭൂമിയിലെ ജീവൻ ഉപയോഗിക്കുന്നുള്ളൂ.

പലതരം പ്രോട്ടീനുകളുടെ ഒന്നിച്ചുള്ള പ്രവർത്തനഫലമായാണ് കോശങ്ങൾക്ക് പലതും ചെയ്യാനാകുന്നത്. പ്രോട്ടീനുകൾ ഉണ്ടാകുന്നത് അമിനോ ആസിഡുകൾ ചേർന്നാണല്ലോ? ഡി

എൻ എയിലെ അക്ഷരമാല A, T, G, C എന്നിവയാണല്ലോ? ഓരോ അക്ഷരവും ഏത് ബേസിനെ സൂചിപ്പിക്കുന്നുവെന്ന് നിങ്ങൾക്കറിയാം. മൂന്ന് നൈട്രജൻ ബേസുകളുടെ കൂട്ടങ്ങൾ (Triplets) ആണ് അമിനോ ആസിഡുകളെ നിർണ്ണയിക്കുന്നത്. മൂന്നംഗ ബേസ് കൂട്ടത്തെ കോഡ് (Code) എന്ന് വിളിക്കുന്നു. ഇവയാണ് അമിനോ ആസിഡ് നിർമ്മാണത്തിലെ കോഡ് വാക്കുകൾ (Code Words).

ഇതിനെ നമുക്ക് മറ്റൊരു രീതിയിൽ ചിന്തിക്കാം. ഡി എൻ എയിലെ ജനിതക ഭാഷ (Genetic language) 'GACT' എന്ന വാക്കിലെ നാല് അക്ഷരങ്ങൾ മാത്രം ഉൾക്കൊള്ളുന്നതാണ്. ജനിതക ഡിക്ഷണറി ഉണ്ടെന്ന് കരുതുക. അപ്പോൾ അതിലെ അക്ഷരങ്ങൾ ഏതൊക്കെയാണ്? A, T, G, C ആണ് അക്ഷരങ്ങൾ. ATG, ATC, AAA, AGC എന്നിങ്ങനെ പോകുന്ന മൂന്ന് ബേസുകളുടെ കൂട്ടങ്ങളാണ് അഥവാ കോഡോണുകളാണ് വാക്കുകൾ. ഇത്തരം വാക്കുകൾ നിങ്ങളും എഴുതിനോക്കൂ. ATC, ATG, AAA, ATC.. എന്നിങ്ങനെ കോഡോണുകളുടെ കൂട്ടങ്ങൾ തുടർച്ചയായി എഴുതി പോകുന്നതാണ് വാക്യങ്ങൾ. ഇങ്ങനെ പല വാക്യങ്ങൾ ഉണ്ടാക്കാമല്ലോ. ഈ വാക്യങ്ങളാണ് പ്രോട്ടീനുകൾ. ഈ വാക്യങ്ങളിൽ കോഡോണുകൾക്ക് ഒരു ക്രമീകരണം കാണുന്നുണ്ടല്ലോ?

കോശങ്ങളിൽ അമിനോ അമ്ലങ്ങൾ എങ്ങനെയാണ് ഉണ്ടാകുന്നതെന്ന് നോക്കാം. ഡി എൻ എ നേരിട്ടല്ല പ്രോട്ടീൻ നിർമ്മിക്കുന്നത്. ഡി എൻ എയിൽ അമിനോ അമ്ലങ്ങളുടെ നിർമ്മാണത്തിനു വേണ്ട ജനിതക വിവരങ്ങൾ അടങ്ങുന്ന ആർ എൻ എ (RNA) രൂപംകൊള്ളുന്നു. ഇവയാണ് വിവരവാഹകരായ ആർ എൻ എ (Messenger RNA). ചുരുക്കപ്പേര് mRNA. പ്രോട്ടീൻ നിർമ്മാണത്തിൽ നേരിട്ട് ഉൾപ്പെടുന്നത് mRNA ആണ്. അമിനോ ആസിഡുകളുടെ നിർമ്മാണത്തിനുള്ള വിവരങ്ങൾ ആസിഡുകളുടെ നിർമ്മാണത്തിനുള്ള വിവരങ്ങൾ mRNAയിലാണ് ഉൾക്കൊള്ളുന്നത്. ഈ വിവരങ്ങൾ സൂക്ഷിച്ചിരിക്കുന്നത് മൂന്ന് നൈട്രജൻ ബേസുകളുടെ കൂട്ടങ്ങളിലാണ്. mRNAയിലെ മൂന്നംഗ ബേസ് ക്രമത്തെ കോഡോൺ (Codon) എന്നാണ് വിളിക്കുന്നത്. ഓരോ കോഡോണും ഒരു പ്രത്യേക അമിനോ

ആസിഡു നിർമ്മാണത്തിനുള്ള സന്ദേശം ഉൾക്കൊള്ളുന്നു. ഓരോ പ്രോട്ടീനിലും അമിനോ അമ്ലങ്ങളുടെ ഒരു പ്രത്യേക ക്രമം ഉണ്ടായിരിക്കും. ഈ സവിശേഷക്രമം നിശ്ചയിക്കുന്നതും കോഡോണുകളാണ്. പ്രോട്ടീൻ നിർമ്മാണത്തിനുള്ള അച്ചുകളാണ് (Template) mRNAയിലെ കോഡോണുകൾ.

തൈമൈനുപകരം യുറാസിൽ (Uracil) എന്ന ബേസാണ് ആർ എൻ എയിലുള്ളത്. ഡി എൻ എയുടെ ജനിതക ഭാഷ 'GACT' എന്ന വാക്കിലെ നാല് അക്ഷരങ്ങൾ മാത്രം ഉൾക്കൊള്ളുന്നതാണെന്ന് നിങ്ങൾക്കറിയാം. ആർ എൻ എയുടെ ജനിതകഭാഷ 'GACU' എന്ന വാക്കിലെ നാല് അക്ഷരങ്ങൾ മാത്രം ഉൾക്കൊള്ളുന്നതാണ്. അപ്പോൾ ആർ എൻ എയിലെ ജനിതക അക്ഷരമാല A, U, G, C എന്നാണ്. 'U' യുറാസിലിനെ സൂചിപ്പിക്കുന്നു. ഇനി നിങ്ങൾക്ക് കോഡോണുകൾ എഴുതിനോക്കാമല്ലോ. AUG, AUC, UUU, AAA എന്നിങ്ങനെ എഴുതിനോക്കൂ. ഓരോ കോഡോണിലും ബേസുകളുടെ സവിശേ,മായ ക്രമം ഉണ്ടായിരിക്കും. കോഡോണുകളുടെ കൂട്ടമാണ് ജനിതക കോഡ് (Gentic code). ജനിതക കോഡ് ഒരു പൂർണ്ണ പ്രോട്ടീന്റെ ഉല്പാദനത്തിന് കാരണമാകുന്നു. ഒരു പ്രോട്ടീനിലെ ഒരു പ്രത്യേക അമിനോ ആസിഡിന്റെ നിർമ്മാണത്തിനുള്ള സന്ദേശം ഉൾക്കൊള്ളുന്നത് കോഡോണാണ്.

ഭൂമുഖത്തെ എല്ലാ ജീവജാലങ്ങളിലെയും പ്രോട്ടീനുകൾ നിർമ്മിച്ചിരിക്കുന്നത് 20 ഇനം അമിനോ ആസിഡുകൾ കൊണ്ടാണെന്ന് നേരത്തെ സൂചിപ്പിച്ചിട്ടുണ്ടല്ലോ. ഒരൊറ്റ കോഡോൺ കൊണ്ട് 20 അമിനോ അമ്ലങ്ങൾ നിർമ്മിക്കുവാൻ കഴിയില്ല. mRNA യിലെ ഒരു പ്രത്യേക കോഡോൺ പ്രത്യേക അമിനോ ആമ്ലത്തിന്റെ നിർമ്മാണത്തിനുള്ള സന്ദേശം ഉൾക്കൊള്ളുന്നു എന്നു പറഞ്ഞല്ലോ. ഈ കോഡോൺ എല്ലാ ജീവജാലങ്ങൾക്കും ഒരുപോലെ ബാധകമാണ്. ഉദാഹരണത്തിന് ഫീനെയിൽ അലാമിൻ (Phenyl Alamin) എന്ന അമിനോ ആസിഡ് എടുക്കാം. ഫീനെയിൽ അലാമിന്റെ കോഡോൺ അല്ലെങ്കിൽ കോഡുവാക്ക് UUU എന്നാണ്. അതായത് മൂന്ന് യുറാസിൽ തന്മാത്രകൾ ചേർന്ന കോഡോൺ. സൂക്ഷ്മജീവികൾ

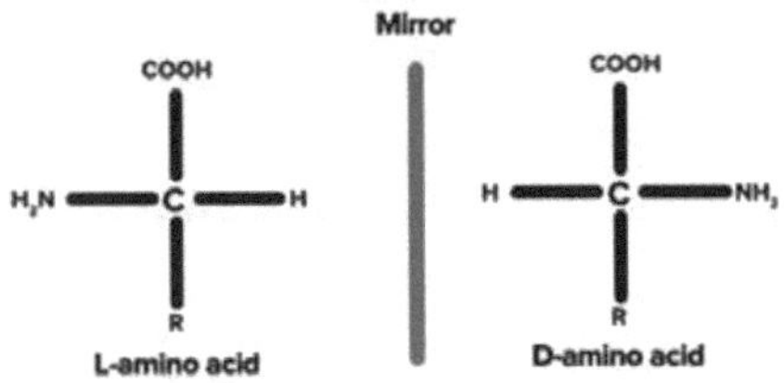

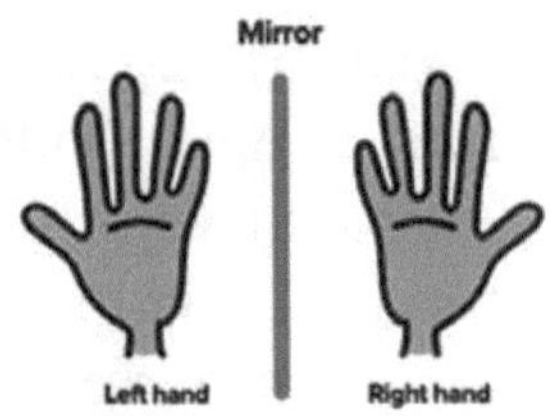

തൊട്ട് സസ്യങ്ങൾ ഉൾപ്പെടെ ഏറ്റവും ഉയർന്ന മനുഷ്യൻ വരെ എല്ലാ ജീവജാലങ്ങളിലും ഫീനെയിൽ അലാമിൻ നിർമ്മിക്കപ്പെടുന്നത് UUU എന്ന കോഡോൺ വഴിയാണ്. ഇനി വാലിൻ (Valine) എന്ന അമിനോ ആസിഡ് എടുക്കാം. ഇതിന്റെ കോഡോൺ GUC ആണ്. അതായത് ഗ്വാനിൻ, യുറാസിൽ, സൈറ്റോസിൻ എന്നിവ ചേർന്നുള്ള കോഡോൺ. ഭൂമിയിലുള്ള എല്ലാ ജീവജാലങ്ങളിലും വാലിൻ എന്ന അമിനോ ആസിഡിന്റെ കോഡോൺ GUC ആണ്. ഇതേപോലെ മറ്റു പതിനെട്ട് അമിനോ അമ്ലങ്ങൾക്കും ഇത്തരത്തിൽ എല്ലാ ജീവജാലങ്ങൾക്കും ഒരുപോലെ ബാധകമായ കോഡോണുകൾ കണ്ടെത്തിയിട്ടുണ്ട്. ഒന്നിലധികം കോഡോണുകളുള്ള അമിനോ അമ്ലങ്ങളും കൂട്ടത്തിലുണ്ട്. അവയും എല്ലാ ജീവജാലങ്ങൾക്കും ഒരുപോലെ ബാധകമാണെന്ന് കണ്ടെത്തിയിട്ടുണ്ട്.

mRNA Codons for Amino Acids	
mRNA കോഡോണുകൾ	Amino Acid
GCU, GCC, GCA, GCG	Alanine
CGU, CGC, CGA, CGG, AGA, AGG	Arginine
AAU, AAC	Asparagine
GAU, GAC	Aspartic Acid
UGU, UGC	Cysteine
CAA, CAG	Glutamine
GAA, GAG	Glutamic Acid

GGU, GGC, GGA, GGG	Glycine
CAU, CAC	Histidine
AUU, AUC, AUA	Isoleucine
UUA, UUG, CUU, CUC, CUA, CUG	Leucine
AAA, AAG	Lysine
AUG	Methionine
UUU, UUC	Phenylalanine
CCU, CCC, CCA, CCG	Proline
UCU, UCC, UCA, UCG, AGU, AGC	Serine
ACU, ACC, ACA, ACG	Threonine
UGG	Tryptophan
UAU, UAC	Tyrosine
GUU, GUC, GUA, GUG	Valine

ഇത് തെളിയിക്കുന്നത് എന്താണ്? കോഡോൺ അല്ലെങ്കിൽ കോഡോണുകളുടെ കൂട്ടമായ ജനിതക ഗുപ്തഭാഷ (Genetic code) വിശ്വജനീയമാണ്. ഏകദേശം 350 കോടി വർഷങ്ങൾക്ക് മുമ്പ് ജന്മമെടുത്ത ബാക്ടീരിയയിൽനിന്നും വികാസം പ്രാപിച്ച ജനിതക കോഡുകൾക്ക് ഒരു മാറ്റവും വരാതെ സൂക്ഷ്മജീവികൾ, സസ്യങ്ങൾ, ജന്തുക്കൾ തുടങ്ങി എല്ലാ ജീവജാലങ്ങളിലേക്കും കൈമാറിയിരിക്കുന്നു. ജനിതക കോഡ് പരിണാമ പ്രക്രിയയിലെ ആദ്യഘട്ടത്തിൽ തന്നെ തീരുമാനിക്കപ്പെട്ടുവെന്നാണ് നാം മനസ്സിലാക്കേണ്ടത്. കോടാനുകോടി വർഷങ്ങൾ കഴിഞ്ഞിട്ടും ജനിതക കോഡിന് മാറ്റമില്ല എന്നു പറഞ്ഞാൽ അവ പരിരക്ഷിക്കപ്പെടുന്നു എന്നാണ് മനസ്സിലാക്കേണ്ടത്. പരിണാമവാദത്തിന് ഏറ്റവും വസ്തുനിഷ്ടവും യുക്തിപരവുമായ തെളിവാണ് ജനിതകകോഡിന്റെ വിശ്വജനീയത (universality). ഇനിയുമുണ്ട് ശക്തമായ തെളിവുകൾ. അക്കാര്യങ്ങളിൽ ചിലതുകൂടി പരിശോധിക്കാം.

ഇടതു വലതു അമിനോ അമ്ലങ്ങൾ

അമിനോ അമ്ലത്തിന്റെ പൊതുഘടന എന്തെന്ന് നോക്കാം.

ഏത് അമിനോ അമ്ലമെടുത്താലും അതിൽ അമിനോഗ്രൂപ്പ് ($-NH_2$), കാർബോക്സിൽ ഗ്രൂപ്പ് (-COOH), R എന്നീ ഗ്രൂപ്പുകൾ ഉണ്ട്. 'R' എന്നത് ആൽക്കൈൽ ഗ്രൂപ്പോ ആരോമാറ്റിക് ഗ്രൂപ്പോ അല്ലെങ്കിൽ ആലിസൈക്ലിക് ഗ്രൂപ്പോ ആകാം.

'R' ന്റെ സവിശേഷതകൾക്കനുസരിച്ച് പല പേരിൽ അമിനോ അമ്ലങ്ങൾ ഉണ്ടാകും. അമിനോ അമ്ലങ്ങൾ ഇടതുതര വും (L- അമിനോ അമ്ലം) വലതുതരവും (D- അമിനോ അമ്ലം) ഉണ്ട്.

നമ്മുടെ ഇടത് കൈയും വലത് കൈയും നോക്കുക. അവയും വ്യത്യസ്തമാണല്ലോ. വസ്തുവും പ്രതിബിംബവും തമ്മിലുള്ള ബന്ധമാണ് കാണുന്നത്. അതുപോലെ അമിനോ അമ്ലത്തിന്റെ ഓരേ തന്മാത്ര തന്നെ ഇടതുതരവും വലതുതരവും ഉണ്ടാകാം. ഇടതുതരമോ വലതുതരമോ മാത്രമായിട്ടുള്ള അമിനോ ആസിഡ് തന്മാത്രകൾ ഉപയോഗിച്ച് ഒരു പ്രോട്ടീൻ നിർമ്മിക്കാം. എന്നാൽ ഇടതുതരം അമിനോ ആസിഡ് തന്മാത്രകൾ മാത്രമാണ് ഭൂമി യിലെ എല്ലാ ജീവനും ഉപയോഗിക്കുന്നത്. അതുപോലെ തന്നെ എല്ലാ ജീവജാലങ്ങളും ജനിതക വിവരങ്ങൾ ശേഖരിച്ചു വച്ചി രിക്കുന്നത് ഡി എൻ എ തന്മാത്രകളിലാണ്. ഇതിൽനിന്നെല്ലാം തെളിയുന്നത് എന്താണ്? ഭൂമിയിലെ ജീവനെല്ലാം ഒരേ ഒരു സൂക്ഷ്മ ജീവിയിൽനിന്നും പരിണാമംചെയ്ത് ഉണ്ടായതാണെ ന്നാണ്. എന്നാൽ ജീവൻ എങ്ങനെയുണ്ടാകാമെന്ന് ഇതുവരെ കണ്ടെത്തിയിട്ടില്ല. ജൈവതന്മാത്രകൾ നിർമ്മിക്കപ്പെട്ടാലും അതി സങ്കീർണ്ണമായ ജനിതക വിവരങ്ങൾ എങ്ങനെ തനിയെ ഉണ്ടാകും എന്ന ചോദ്യവും നിലനില്ക്കുന്നു. രാസപ്രവർത്തന ങ്ങൾ വഴി ജൈവ തന്മാത്രകൾ നിർമ്മിക്കാൻ നമുക്ക് കഴിഞ്ഞിട്ടുണ്ട്. ജൈവതന്മാത്രകളിൽ നിന്നും ജീവകോശം ഉണ്ടായ പ്രക്രിയക്ക് വളരെ നീണ്ട ചരിത്രമുണ്ടെന്ന് അനുമാനി ക്കേണ്ടിയിരിക്കുന്നു. വളരെ ചുരുങ്ങിയ സമയംകൊണ്ട് ഭൂമിയിൽ ജീവൻ തനിയെയുണ്ടാകാനുള്ള സാദ്ധ്യത വളരെ വളരെ കുറ വാണ്. എന്നാൽ ഈ ആദ്യ ജീവി എവിടെനിന്നുണ്ടായി എന്ന ചോദ്യത്തിന് വ്യക്തമായ ഉത്തരം ഇല്ല. ഈ ആദ്യ ജീവി രാസ

പരിണാമങ്ങളുടെ ഫലമായി ഭൂമിയിൽ തനിയെ ഉണ്ടായതാണോ? അതോ ഈ ജീവിയോ അതിന്റെ പൂർവ്വികരോ ഭൂമിക്ക് പുറത്ത് നിന്നും ഇവിടെ എത്തിയതാണോ? അങ്ങനെയെങ്കിൽ ഭൂമിയിൽ മാത്രമല്ല മറ്റു പലയിടങ്ങളിലും ജീവൻ ഉണ്ടായിരിക്കണം.

വൈരുദ്ധ്യങ്ങൾക്ക് ഉത്തരം ഇനിയും കാണേണ്ടതുണ്ട്. ഏകദേശം 500 ലധികം അമിനോ അമ്ലങ്ങൾ ഉള്ളതിൽ എന്തുകൊണ്ട് ഭൂമിയിലെ ജീവജാലങ്ങൾ സവിശേഷമായ 20 എണ്ണം മാത്രം തെരഞ്ഞെടുത്തു? ഭൗമേതര ജീവനുണ്ടെങ്കിൽ അവയും ഇതേതരം അമിനോ അമ്ലങ്ങളായിരിക്കുമോ തെരഞ്ഞെടുക്കുക? അവയ്ക്ക് മറ്റൊരു സെറ്റ് ഉപയോഗിക്കാൻ കഴിയുമോ?

ഉൽക്കശില ഉയർത്തുന്ന ചോദ്യങ്ങൾ

1969 സെപ്തംബർ 28 ന് ആസ്ട്രേലിയയിലെ മർച്ചിസൺ (Murchison) എന്ന സ്ഥലത്ത് പതിച്ച ഉൽക്കശില പരിശോധിച്ച ശാസ്ത്രജ്ഞന്മാർ പലതരം ജൈവവസ്തുക്കൾ കണ്ടെത്തുകയുണ്ടായി. മില്ലെർ യുറേ പരീക്ഷണത്തിൽ രൂപപ്പെട്ട അമിനോ അമ്ലങ്ങളും ഉൽക്കയിൽ അടങ്ങിയിരുന്നതായി തെളിഞ്ഞു. ഗ്ലിസിൻ (Glycine), അലാമിൻ (Alamin), വാലിൻ (Valine), പ്രൊലിൻ (Proline) അസ്പാർട്ടിക് ആസിഡ് (Aspartic Acid), ഗ്ലൂട്ടാമിക് ആസിഡ് (Glutamic Acid) എന്നിവയാണ് മില്ലർ - യുറെയുടെ പരീക്ഷണത്തിലും ലഭിച്ചത്. ഈ അമിനോ അമ്ലങ്ങൾ എല്ലാം തന്നെ ജീവജാലങ്ങളിൽ കാണുന്ന 20 അമിനോ അമ്ലങ്ങളുടെ കൂട്ടത്തിൽപ്പെടുന്നതാണ്. ഈ ഉൽക്കശിലയ്ക്ക് ഏകദേശം 450 കോടി വർഷത്തെ കാലപ്പഴക്കമുണ്ടെന്ന് കണക്കാക്കുന്നു. ഭൂമിയിലെ ജീവന്റെ ഉത്ഭവത്തെക്കുറിച്ചും പരിണാമത്തെക്കുറിച്ചും യുക്തിപരമായ ഒരു നിലപാട് എടുക്കുവാൻ ഈ കണ്ടെത്തലുകൾ ശാസ്ത്രലോകത്തെ സഹായിച്ചു.

മർച്ചിസൺ എന്ന സ്ഥലത്ത് പതിച്ച ഉൽക്കയിലെ നിരീക്ഷ

ണങ്ങളിൽനിന്നും ചോദ്യങ്ങൾ ഉയർന്നുവരുന്നു. അജീവിയ പദാർത്ഥങ്ങളിൽ നിന്നും ഓർഗാനിക് സംയുക്തങ്ങൾ ഉണ്ടാകുന്നതിനും അതിലൂടെ ജീവകണം ഉണ്ടാകുന്നതിനും ആവശ്യമായ സാഹചര്യങ്ങൾ പ്രപഞ്ചത്തിൽ എല്ലാ സമയത്തും എവിടെയെങ്കിലും ഉണ്ടായിരുന്നുവെന്ന് അനുമാനിക്കാമോ? അങ്ങനെയെങ്കിൽ ആകാശഗോളങ്ങളുടെയും ഭ്രമണം ചെയ്യുന്ന ബഹിരാകാശ നിരാഹാരികളുടെയും അന്തരീക്ഷങ്ങളെ ജീവത ന്മാത്രകളുടെ സ്ഥിരം കലവറകളായി ജൈവബീജങ്ങളുടെ ശാശ്വത വിളനിലങ്ങളായി കരുതിക്കൂടേ? ഭൂമദ്ധ്യരേഖയുടെ താഴെയുള്ള ആൻഡീസ് പർവ്വത നിരകളിൽ അതിസൂക്ഷ്മ ജീവികൾ 16,000 അടി ഉയരംവരെ അന്തരീക്ഷത്തിൽ ഇപ്പോഴും കൂട്ടത്തോടെ കാണുന്നുണ്ട്. പൊള്ളുന്ന ചൂടേറ്റ് ചാവുന്ന ഇടങ്ങളിൽ മാത്രമാണ് അവ ഇല്ലാത്തത്. എല്ലാ ആകാശഗോള ങ്ങളുടെയും അന്തരീക്ഷങ്ങളിൽ എവിടെയെല്ലാം സമാന സാഹ ചര്യങ്ങൾ ഉണ്ടോ അവിടെയെല്ലാം ഇത്തരം ജീവികൾ ഉണ്ടാകാം എന്ന് സങ്കല്പിച്ചുകൂടെ? അങ്ങനെയെങ്കിൽ ജീവകണങ്ങളെ പ്രാപഞ്ചിക ഇടങ്ങളിൽനിന്നും നമ്മുടെ ഗ്രഹത്തിലേക്ക് ഇറക്കുമതി ചെയ്തതാണെന്ന പരികല്പന സ്വീകാര്യമാകുമോ?

ചൂടും തണുപ്പും

മരുഭൂമിയിലെ കൊടും ചൂടിലും ധ്രുവങ്ങളിലെ കൊടും തണുപ്പിലും ജീവിക്കുന്ന ജീവികൾ ഉണ്ട്. പരിസ്ഥിതികളോട് ഇണങ്ങിച്ചേരാനുള്ള ജീവികളുടെ കഴിവാണല്ലോ ഇത് കാണി ക്കുന്നത്. വൈവിദ്ധ്യവും കഠിനവുമായുള്ള പരിതസ്ഥിതികളിൽ ഇണങ്ങി ജീവിക്കാനുള്ള കഴിവ് ജീവന്റെ ഒരു പ്രധാന സ്വഭാവ മാണ്. ഭൂമിക്കടിയിലേക്ക് പോയാലോ? ഏതാനും കിലോമീറ്റർ താഴെ മണ്ണിനടിയിൽ ജീവിക്കുന്ന സൂക്ഷ്മജീവികളെ കണ്ടെ ത്തിയിട്ടുണ്ട്. ഇനി കടലിനടിയിലേക്ക് പോയാലോ? കടലിനടി യിലെ അഗ്നിപർവ്വതങ്ങളുമായി ബന്ധപ്പെട്ട ഹൈഡ്രോ തെർമൽ നിർഗ്ഗമന ദ്വാരങ്ങളിൽനിന്നും വരുന്ന ഉയർന്നതാപമുള്ള ജലം നിരീക്ഷിച്ചപ്പോൾ അതിലും ജീവിക്കുന്ന സൂക്ഷ്മാണുക്കളെ

കണ്ടെത്താനായി. ഇത്തരം അണുക്കൾക്ക് തിളയ്ക്കുന്ന വെള്ളത്തിലും വളരാൻ കഴിയും അതുപോലെ ധ്രുവങ്ങളിലെ മഞ്ഞുപാളികൾക്കടിയിൽ വളരുന്ന സൂക്ഷ്മാണുക്കളും ഉണ്ട്. ഈ പുതിയ കണ്ടെത്തലുകൾ സൂചിപ്പിക്കുന്നത് എന്താണ്? നമ്മൾ കരുതിയിരുന്നതിലും കൂടുതൽ കഠിനമായ പരിതസ്ഥിതികളിലും ജീവൻ നിലനില്ക്കും. ഈ കണ്ടെത്തലുകൾ എന്താണ് സൂചിപ്പിക്കുന്നത്? ഭൂമിയിൽ നിന്നും വ്യത്യസ്തമായ പരിതസ്ഥിതികളുള്ള മറ്റു ഗ്രഹങ്ങളിൽ ജീവൻ ഉണ്ടാവാൻ സാദ്ധ്യത കൂടുന്നു എന്നാണ് സൂചിപ്പിക്കുന്നത്. ചൊവ്വ, യൂറോപ്പ, വാൽനക്ഷത്രങ്ങൾ തുടങ്ങിയവയിലെ ജീവന്റെ സാദ്ധ്യത നമുക്ക് പരിശോധിക്കാം.

ജീവന്റെ സാദ്ധ്യത മറ്റു ഗ്രഹങ്ങളിൽ

സൗരയൂഥത്തിൽ ജീവന്റെ കൈയൊപ്പു കണ്ടെത്തുന്നതിനുള്ള അന്വേഷണം തുടരുകയാണ്. ജീവന്റെ സാന്നിദ്ധ്യം സൗരയൂഥത്തിലെ മറ്റു ഗ്രഹങ്ങളിൽ കണ്ടെത്താനുള്ള സാദ്ധ്യത ഏറെയാണ്. അധികം താമസിയാതെ തന്നെ നമുക്ക് കണ്ടുമുട്ടാം. ശാസ്ത്രലോകം നമുക്കു പ്രതീക്ഷ തരുന്നു. പക്ഷേ, നിർഭാഗ്യവശാൽ അതൊരു മനുഷ്യസമാനമായ ബഹുകോശ ജീവിയാകില്ല. ജലാശയങ്ങളിൽ ഒഴുകി നടക്കുന്ന ജീവജാല (Plankton) ത്തിനു സമാനമായതോ ഏകകോശജീവിക്കു സമാനമായതോ ആകാം. അത്യന്തം കഠിനമായ സാഹചര്യങ്ങളിലും ജീവിക്കുന്ന സൂക്ഷ്മജീവികളാകാം. അവയ്ക്ക് ഓക്സിജൻപോലും വേണമെന്നില്ല. അത്യന്തം കഠിനമായ സാഹചര്യങ്ങളെ ഇഷ്ടപ്പെടുന്ന സൂക്ഷ്മജീവികളെ 'അതി കഠിനസാഹചര്യപ്രേമികൾ' (Extremophiles) എന്നാണ് ജ്യോതിർഗോള ജീവശാസ്ത്രകാരന്മാർ വിളിക്കുന്നത്. കൊടും ചൂടിലും, കൊടും തണുപ്പിലും, വായു ഇല്ലാത്തിടത്തും, മാരകവിഷമുള്ള പദാർത്ഥങ്ങളുടെ സാന്നിദ്ധ്യത്തിലും അവ ജീവിക്കും. ഇതിന്റെ വെളിച്ചത്തിൽ നമുക്ക് സൗരയൂഥത്തിലെ മറ്റു ഗ്രഹങ്ങളിലെ ജീവന്റെ സാദ്ധ്യത സംബന്ധിച്ച് ചില കാര്യങ്ങൾ പരിശോധിക്കാം.

ചൊവ്വ

സൗരയൂഥത്തിൽ ജീവനുണ്ടാകാൻ ഏറെ സാദ്ധ്യതയുള്ള ഒരു സ്ഥലം ചൊവ്വാ ഗ്രഹമാണ്. ചൊവ്വയുടെ അന്തരീക്ഷത്തിന്റെ സവിശേഷത നോക്കൂ. ചൊവ്വാ ഗ്രഹത്തിന് ഭുമിയുടേതുപോലുള്ള ഒരു കട്ടിയുള്ള അന്തരീക്ഷമില്ല. അതുകൊണ്ട് ഭൂമിയിലേതുപോലുള്ള ഓക്സിജൻ ശ്വസിക്കുന്ന വലിയതരം ജീവികൾ ചൊവ്വയിലുണ്ടാകാനുള്ള സാദ്ധ്യതയില്ല. പക്ഷേ, ചൊവ്വയിൽ ജലമുണ്ടെന്ന് പല പര്യവേക്ഷണങ്ങളിൽനിന്നും തെളിഞ്ഞിട്ടുണ്ട്. അതുകൊണ്ട് അവിടെ മണ്ണിനടിയിൽ സൂക്ഷ്മാണുക്കൾ കാണാനുള്ള സാദ്ധ്യത വളരെ കൂടുതലാണ്. ചൊവ്വയിൽ ഈയിടെ മീഥെയിൻ വാതകം കണ്ടെത്തിയിട്ടുണ്ട്. ഈ മീഥെയിൻ വാതകം ചൊവ്വയിലെ മണ്ണിനടിയിലെ സൂക്ഷ്മ ജീവികളുടെ പ്രവർത്തനഫലമായുണ്ടാകുന്നതാണെന്ന് ശാസ്ത്രജ്ഞന്മാർ അനുമാനിക്കുന്നു.

യൂറോപ്പ

യൂറോപ്പ വ്യാഴഗ്രഹത്തിന്റെ ഉപഗ്രഹമാണെന്ന് നിങ്ങൾക്കറിയാം. സൗരയൂഥത്തിൽ ജീവൻ കാണാൻ സാദ്ധ്യതയുള്ള മറ്റൊരു സ്ഥലം യൂറോപ്പയിലാണ്. യൂറോപ്പയുടെ ഉപരിതലം കട്ടിയുള്ള മഞ്ഞുപാളികൾ നിറഞ്ഞതാണ്. ഈ ഉപരിതലത്തിനടിയിൽ അനേകം കിലോമീറ്റർ ആഴമുള്ള ജലസമുദ്രം ഉണ്ടെന്നാണ് ശാസ്ത്രലോകത്തിന്റെ നിഗമനം. മാത്രമല്ല ഈ സമുദ്രത്തിനടിയിൽ അഗ്നിപർവ്വതങ്ങൾ ഉള്ളതായും കണക്കാക്കപ്പെടുന്നു. നമ്മുടെ ഭൂമിയിൽ സമുദ്രത്തിനടിയിൽ ഇത്തരം സാഹചര്യത്തിൽ സൂര്യപ്രകാശം ആവശ്യമില്ലാതെ ജീവിക്കുന്ന ജീവികളെ കണ്ടെത്തിയിട്ടുണ്ട്. അത്തരം സാഹചര്യം യൂറോപ്പയിലും ഉണ്ടാകാമല്ലോ. ഇത് സൂചിപ്പിക്കുന്നത് എന്താണ്? ജീവികൾ യൂറോപ്പയിൽ ഉണ്ടാകാൻ സാദ്ധ്യത വളരെ കൂടുതലാണ് എന്നല്ലേ? ദ്രാവകരൂപത്തിലുള്ള ജലത്തിൽനിന്നും ജൈവ പ്രവർത്തനങ്ങൾക്കാവശ്യമായ ഊർജ്ജം ശരീരത്തിലെ ചില രാസപദാർത്ഥങ്ങൾ ഉപയോഗിച്ചു നേടാൻ സൂക്ഷ്മജീവികൾക്ക് സാധിക്കുമെങ്കിൽ അവയ്ക്ക് ജീവൻ നിലനിർത്താനാകും. മാത്രമല്ല ഈ ജീവികളെ ആശ്രയിച്ച് മറ്റു ചില ജീവികൾക്കും

അവിടെ ജീവിക്കാനാകും. അങ്ങനെ ഒരു തരത്തിലുള്ള ജീവസമൂഹം ഈ ഉപഗ്രഹത്തിൽ ഉണ്ടാവാം എന്ന പ്രതീക്ഷ ശാസ്ത്രലോകം വച്ചുപുലർത്തുന്നു. യൂറോപ്പയുടെ ഉൾഭാഗത്ത് ചൂടുണ്ട്. വ്യാഴഗ്രഹത്തിന്റെ ശക്തമായ ഗുരുത്വാകർഷണ ഫല മായുണ്ടാകുന്ന വേലിയേറ്റവും വേലിയിറക്കവും താപം സൃഷ്ടി ക്കുന്നു. ഈ താപമാണ് യൂറോപ്പയുടെ ഉൾഭാഗം ചൂടാകാനുള്ള ഒരു കാരണമായി ശാസ്ത്രജ്ഞന്മാർ ചൂണ്ടിക്കാണിക്കുന്നത്.

സൗരയൂഥത്തിലെ ഏറ്റവും വലിയ ഉപഗ്രഹമാണ് വ്യാഴ ത്തിന്റെ ഉപഗ്രഹമായ ഗാനിമെഡെ (Ganymede). അവിടെയും യൂറോപ്പയ്ക്കു സമാനമായ അവസ്ഥയാണ് നിലനില്ക്കുന്നത്. ഗാനിമെഡയിലും ജീവന്റെ സാദ്ധ്യത നിലനില്ക്കുന്നു.

വാൽനക്ഷത്രങ്ങൾ

വാൽനക്ഷത്രങ്ങളെക്കുറിച്ച് നിങ്ങൾ പഠിച്ചിട്ടുണ്ടല്ലോ. സൗരയൂഥത്തിൽ ജീവന്റെ വാഹകരായി പ്രവർത്തിക്കാൻ സാദ്ധ്യ തയുള്ള ഇടങ്ങളാണ് വാൽനക്ഷത്രങ്ങൾ. വാൽനക്ഷത്രങ്ങളിൽ ജലം കണ്ടെത്തിയിട്ടുണ്ട്. ഇതിന് പുറമേ വളരെയധികം കാർബൺ സംയുക്തങ്ങൾ ഉള്ളതായും കണ്ടെത്തിയിട്ടുണ്ട്. വാൽനക്ഷത്രങ്ങൾ വളരെ തണുത്തവയാണ്. എങ്കിലും അവ യുടെ ഉൾഭാഗത്ത് ചൂട് ഉണ്ടാകാൻ സാദ്ധ്യതയുണ്ട്. റേഡിയോ ആക്ടീവതമൂലം ഇവയുടെ ഉൾവശം ചൂടാകാം. ഇങ്ങനെ ലഭിക്കുന്ന ചൂടും ജലത്തിന്റെയും കാർബൺ സംയുക്തങ്ങളു ടേയും സാന്നിദ്ധ്യവും വാൽനക്ഷത്രങ്ങൾക്കുള്ളിൽ സൂക്ഷ്മജീ വികൾ വളരാനുള്ള സാദ്ധ്യത വിളിച്ചറിയിക്കുന്നു. ഇനിയും ജീവൻ തുടങ്ങാവുന്ന ഗ്രഹങ്ങളിൽ ജീവതന്മാത്രകളെയും ജീവനാവശ്യമായ സംയുക്തങ്ങളെയും എത്തിക്കുവാൻ വാൽനക്ഷത്രങ്ങൾക്ക് ആകുമെന്ന് കരുതാം. റേഡിയോ ആക്ടീ വതയുടെ ആവശ്യമില്ലാതെ തന്നെ സൂക്ഷ്മാണുക്കളുടെ പ്രവർ ത്തനംകൊണ്ട് വാൽനക്ഷങ്ങൾക്കുള്ളിൽ ചൂട് നിലനിർത്താനാ കുമെന്ന ചിന്തയും അഭിപ്രായവും ശാസ്ത്രലോകത്ത് നിലനില്ക്കുന്നു.

ശനിയുടെ ഉപഗ്രഹങ്ങൾ

ശനിയുടെ ഉപഗ്രഹങ്ങളായ ടൈറ്റൻ (Titan), എൻസെയഡസ് (Enceladus) എന്നിവ ജീവന് അനുകൂല ഇടങ്ങളാണ്. ഈ രണ്ടിടങ്ങളിലും ജീവനു വേണ്ട പ്രധാന മൂലകങ്ങൾ അടങ്ങിയിട്ടുണ്ട്. ടൈറ്റൻ ശനിയുടെ ഏറ്റവും വലിയ ഉപഗ്രഹമാണ്. ടൈറ്റന്റെ അന്തരീക്ഷത്തിൽ കൂടുതൽ അളവും നൈട്രജനാണ്. മീഥേന്റെ അളവ് ഒരു ശതമാനത്തിൽ താഴെ വരും. ഉപരിതല മർദ്ദം ഭൂമിയേക്കാൾ കൂടുതലാണ്. എന്നാൽ, കൊടുംതണുപ്പാണ്. ഹൈഡ്രജൻ സൈനയിഡിന്റെ സാന്നിദ്ധ്യം തിരിച്ചറിഞ്ഞിട്ടുണ്ട്. എക്സ്ട്രിമോ ഫൈലിന്റെ സാദ്ധ്യത തള്ളിക്കളയാനാകില്ല. യൂറോപ്പയെപ്പോലെ ടൈറ്റനിലും എൻസെലഡസിലും ഉപരിതലത്തിനടിയിൽ ജലസമുദ്രമുണ്ട്. ഇവിടെയും അങ്ങേയറ്റത്തെ പ്രതികൂല സാഹചര്യങ്ങളിലും ജീവിക്കാൻ കഴിയുന്ന സൂക്ഷ്മ ജീവികളുണ്ടാകാം.

ജീവന്റെ സാദ്ധ്യത സൗരയൂഥത്തിനുമപ്പുറം

സൗരയൂഥത്തിന് പുറത്തുള്ള ജീവന്റെ സാദ്ധ്യതയെക്കുറിച്ചും നമുക്ക് പരിശോധിക്കാം. സൂര്യനെപ്പോലെ മറ്റ് നക്ഷത്രങ്ങൾക്ക് ചുറ്റും ഗ്രഹങ്ങൾ ഉണ്ടോ? ഈ ചോദ്യത്തിന് പണ്ട് ഉത്തരമില്ലായിരുന്നു. എന്നാൽ ഇന്ന് നൂറിലധികം സൗരയൂഥ ഗ്രഹങ്ങൾ കണ്ടെത്തിക്കഴിഞ്ഞു. പുതിയ സാങ്കേതികവിദ്യ ഉപയോഗിച്ചാണ് ഇത്തരം ഗ്രഹങ്ങളെ കണ്ടെത്തിയിരിക്കുന്നത്. എന്നാൽ ഈ ഗ്രഹങ്ങൾ അവയുടെ സൂര്യനിൽനിന്നും ഒരു നിശ്ചിത അകലത്തിലല്ല എങ്കിൽ അത്തരം ഗ്രഹങ്ങളിൽ ദ്രാവകരൂപത്തിലുള്ള ജലം ഉണ്ടായിരിക്കുകയില്ല. ജലം ഒന്നുകിൽ ഐസായോ അല്ലെങ്കിൽ നീരാവിയായോ നിലനില്ക്കാം. ഒരു നക്ഷത്രത്തിന് ചുറ്റും വാസയോഗ്യമായ മണ്ഡലം ഉണ്ട് എന്നു പറഞ്ഞാൽ അർത്ഥമാക്കേണ്ടത് എന്താണ്? നക്ഷത്രത്തിന് ചുറ്റും ജലത്തിന് ദ്രാവകരൂപത്തിൽ സ്ഥിതിചെയ്യാൻ കഴിയുന്നത്ര ദൂരത്തിൽ ഗ്രഹമുണ്ടെന്നാണ്. ഇങ്ങനെ നക്ഷത്രങ്ങൾക്കുചുറ്റും ജീവന് വാസയോഗ്യമായ മണ്ഡലങ്ങളിൽ ഇപ്പോൾ ഗ്രഹങ്ങൾ കണ്ടെത്തിക്കഴിഞ്ഞിട്ടുണ്ട്. പ്രപഞ്ചത്തിൽ ജീവൻ ഒരു അപൂർവ്വ പ്രതിഭാസമാണോ? അല്ലെങ്കിൽ ഇത്തരം ഗ്രഹങ്ങളിലെല്ലാം ജീവികൾ ഉണ്ടാകാം. നമ്മുടെ ഗാലക്സിയിൽ തന്നെ അനേകം കോടി നക്ഷത്രങ്ങൾ ഉണ്ടല്ലോ. പ്രപഞ്ചത്തിലാകട്ടെ നമ്മുടേതുപോലുള്ള കോടാനുകോടി ഗാലക്സികളുണ്ട്. അവയിൽ വാസയോഗ്യമായ മണ്ഡലങ്ങളുണ്ടാകും. അങ്ങനെയെങ്കിൽ

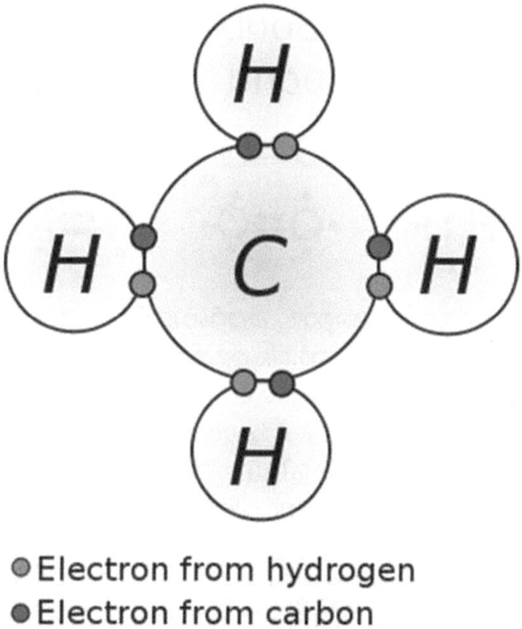

സഹസംയോജകബന്ധനങ്ങൾ (Covalent bonds)

പ്രപഞ്ചം മുഴുവൻ ജീവന്റെ സാദ്ധ്യത ഉള്ളതായി കണക്കാക്കേണ്ടിവരും.

ജീവന്റെ അടിസ്ഥാന മൂലകം

ജീവനാവശ്യമായ മൂലകങ്ങൾ പ്രപഞ്ചത്തിൽ സുലഭവുമാണ്. നക്ഷത്രങ്ങൾക്കിടയിൽ പൊടിപടലങ്ങൾ കണ്ടെത്തിയിട്ടുണ്ട്. റേഡിയോ അസ്ട്രോണമിവഴിയും, ഇൻഫ്രാറെഡ് അസ്ട്രോണമി വഴിയുമാണ് ഇത് കണ്ടെത്തിയത്. ജീവന്റെ അടിസ്ഥാനമൂലകമാണ് കാർബൺ. ഇത്രയും ഉയർന്ന പദവി കാർബണിന് കിട്ടുന്നതിനുള്ള കാരണങ്ങൾ എന്തൊക്കെയായിരിക്കും? നിങ്ങൾക്ക് അറിയാവുന്ന കാര്യങ്ങളാണ്. എങ്കിലും സൂചിപ്പിക്കാം. കാർബണിന് നാല് സഹസംയോജകബന്ധനങ്ങൾ (Covalent bonds) നിർമ്മിക്കുവാൻ കഴിയും. അതിനാൽ ഒരു കാർബൺ ആറ്റത്തിന് ഒരേ മൂലകത്തിന്റെ നാല് ആറ്റങ്ങളോടോ അല്ലെങ്കിൽ നാല് വ്യത്യസ്ത മൂലകങ്ങളുടെ ആറ്റങ്ങളോടോ സംയോജിക്കുന്നതിന് കഴിവുണ്ട്. ഒരു

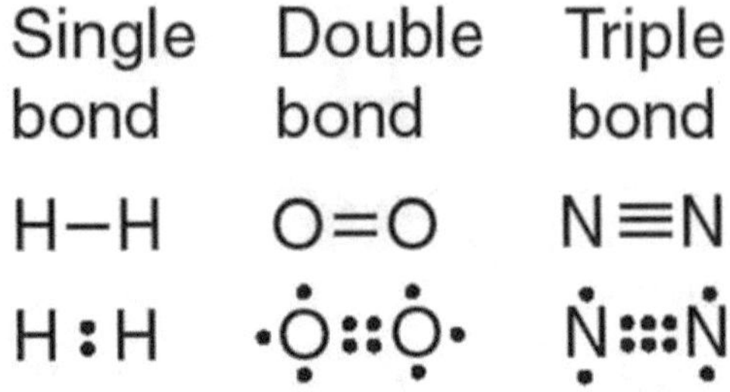

കാർബൺ ആറ്റത്തിന് മറ്റൊരു കാർബൺ ആറ്റത്തിനോട് എന്ന ക്രമത്തിൽ എത്ര കാർബൺ ആറ്റങ്ങൾക്കും യോജിച്ചു ചേർന്ന് വളരെ വലിയ കാർബൺ ശൃംഖല നിർമ്മിക്കുന്നതിന് കഴിയും. ഈ കാർബൺ ശൃംഖലയ്ക്ക് ശാഖോപശാഖകളുമുണ്ടാകാം. ശൃംഖലയുടെ രണ്ടഗ്രങ്ങളിലുമുള്ള കാർബൺ ആറ്റങ്ങൾ പരസ്പരം യോജിച്ച് കാർബൺ വലയമുണ്ടാകാം. വലയങ്ങൾക്ക് വലയങ്ങളോടും, ശൃംഖലകൾക്ക് വലയങ്ങളോടും യോജിച്ചു ചേരാം. ഒരു കാർബൺ ആറ്റത്തിന് മറ്റൊരു കാർബൺ ആറ്റവുമായി ദ്വിബന്ധന (Double bond) ത്തിലോ ത്രിബന്ധനത്തിലോ (Triple bond) ഏർപ്പെടാനുള്ള കഴിവുണ്ട്. ഇങ്ങനെ പല ആകൃതിയിലും വലിപ്പത്തിലും നിർമ്മിക്കപ്പെടുന്ന കാർബൺ സംയുക്തങ്ങളുടെ എണ്ണം ഒന്നാലോചിച്ചുനോക്കൂ. കാർബൺ എന്ന മൂലകം നിർമ്മിക്കുന്ന സംയുക്തങ്ങളുടെ എണ്ണം മറ്റെല്ലാ മൂലകങ്ങളും ചേർന്നു നിർമ്മിക്കുന്ന സംയുക്തങ്ങളുടെ എണ്ണത്തേക്കാൾ വളരെ വളരെ കൂടുതലാണ്. ഇത്രയും നല്ല ഗുണങ്ങളുള്ളതുകൊണ്ടാണ് കാർബൺ എന്ന മൂലകം ജീവന്റെ അടിസ്ഥാനമൂലകമായത്. എല്ലാ ജീവജാലങ്ങളുടെയും ശരീരം നിർമ്മിച്ചിട്ടുള്ളത് കാർബൺ സംയുക്തങ്ങൾകൊണ്ടാണ്. ജീവജാലങ്ങളിൽ കാണുന്ന സംയുക്തങ്ങൾ എന്ന നിലയ്ക്കാണ് അവയെ ജൈവസംയുക്തങ്ങൾ എന്നുവിളിക്കുന്നത്.

കാത്തിരിപ്പ്

കാർബൺ നക്ഷത്രങ്ങളിൽ നിർമ്മിക്കപ്പെടുന്നു. പ്രഭ മങ്ങുമ്പോൾ നക്ഷത്രങ്ങൾ മരണത്തോടടുക്കുന്നു. ഇങ്ങനെയുള്ള നക്ഷത്രങ്ങളിൽ ഹീലിയം ആറ്റങ്ങൾ സംയോജിച്ച് കാർബൺ ആറ്റങ്ങളായി മാറുന്നു. ഇത് പിന്നീട് കാർബൺ

മോണോക്സൈഡായും മാറും. മരണത്തോടെ നക്ഷത്രങ്ങൾ പൊട്ടിത്തെറിക്കുന്നു. അപ്പോൾ കാർബൺ ഉൾപ്പെടെയുള്ള പദാർത്ഥങ്ങൾ പ്രപഞ്ചത്തിലേക്ക് വ്യാപിക്കുന്നു. ഭൂമി പിറക്കും മുമ്പ് മരണപ്പെട്ട നക്ഷത്രങ്ങളിൽ സൃഷ്ടിക്കപ്പെട്ട കാർബൺ ആണ് ഭൂമിയിലെ എല്ലാ ജീവജാലങ്ങളിലും സംയുക്തങ്ങളായി കാണപ്പെടുന്നത്. അതുകൊണ്ടാണ് പ്രശസ്ത ജ്യോതിശാസ്ത്രജ്ഞനും ശാസ്ത്രപ്രചാരകനുമായിരുന്ന കാൾസാഗൻ (Carl Sagan) പറഞ്ഞത് 'നമ്മൾ നക്ഷത്രപദാർത്ഥങ്ങളാൽ നിർമ്മിതമാണെന്ന്. (We are made of starstuff)."

അങ്ങനെ ചിന്തിക്കുമ്പോൾ ജീവൻ പ്രപഞ്ചത്തിലെ ഒരു സാധാരണ പ്രതിഭാസമാകാനുള്ള സാദ്ധ്യതയേറുന്നു. എങ്കിൽ മനുഷ്യനെപ്പോലെയോ അല്ലെങ്കിൽ മനുഷ്യരേക്കാൾ കൂടുതൽ ബുദ്ധിയുള്ളതും വികാസം പ്രാപിച്ചതുമായ സംസ്കാരങ്ങൾ പ്രപഞ്ചത്തിലുണ്ടാകാം അല്ലേ? എന്നാൽ ഇതിനൊന്നും നമുക്ക് ഇതുവരെ തെളിവുകൾ ലഭിച്ചിട്ടില്ല. ജീവസാന്നിദ്ധ്യം കണ്ടെത്താൻ ഇപ്പോഴറിയാവുന്ന സാങ്കേതികവിദ്യ ഉപയോഗിച്ച് അനേകം പ്രകാശവർഷങ്ങൾ അകലേക്ക് ഒരു സഞ്ചാരം നടത്താൻ പറ്റുമോ? ഇത് ഏതാണ്ട് അസാദ്ധ്യമായ കാര്യമാണെന്ന് നമുക്കറിയാം. അടുത്ത നക്ഷത്രത്തിലേക്ക് റേഡിയോ സിഗ്നലുകൾ അയച്ചാലോ? അതുപോലും വർഷങ്ങൾ കഴിഞ്ഞേ അവിടെ എത്തുകയുള്ളു. ഇനി അവിടെ ജീവികൾ ഉണ്ടെന്നു കരുതുക. അവിടെയുള്ള ജീവികൾ മറുപടിയയച്ചാൽ തന്നെ വർഷങ്ങൾ കഴിഞ്ഞേ അത് ഇവിടെ നമുക്ക് കിട്ടുകയുള്ളു. എന്നാലും പ്രതീക്ഷ കൈവിടുന്നില്ല. ഭൂമിയിൽനിന്നും നക്ഷത്രക്കൂട്ടത്തിലേക്ക് നമ്മൾ റേഡിയോ സിഗ്നലുകൾ അയച്ചുകൊണ്ടിരിക്കുകയാണ്. അവിടെ ശാസ്ത്രപുരോഗതി കൈവരിച്ച ജീവികൾ ഉണ്ടാകാം. ഈ സിഗ്നലുകൾ പിടിച്ചെടുത്ത് അർത്ഥം മനസ്സിലാക്കി പ്രതികരിക്കാം. ഈ പ്രതീക്ഷയിലാണ് നമ്മൾ. അന്യഗ്രഹങ്ങളിൽനിന്നും ഇങ്ങോട്ട് എന്തെങ്കിലും സിഗ്നലുകൾ വരാമല്ലോ? പ്രത്യേക സിഗ്നലുകൾ എന്തെങ്കിലും അകലെയുള്ള പ്രപഞ്ചത്തിൽനിന്നും വരുന്നുണ്ടോ എന്ന് നമ്മളും അന്വേഷിക്കുകയാണ്. വലിയ ആന്റിനകൾ ഇതിനായി ഉപയോഗിച്ചു വരുന്നു. ഇതുവരെ പ്രത്യേക സിഗ്നലുകൾ ഒന്നും ലഭിച്ചിട്ടില്ല. അതിവിശാലമായ ഈ പ്രപഞ്ചത്തിലെവിടെയെങ്കിലും നമ്മളെ

പ്പോലെ ജീവികൾ ഉണ്ടായാൽ പോലും നമുക്ക് അവരുമായി സമ്പർക്കം പുലർത്താൻ കഴിയാത്തവിധം വളരെവളരെ അകലത്തിലാണ്. ഇപ്പോൾ നമ്മൾ ഒറ്റയ്ക്കാണ്. കാത്തിരിപ്പ് തുടരുക. പ്രതീക്ഷയോടെ നമ്മൾ കാത്തിരിപ്പു തുടരുക.

കാത്തിരിപ്പിന് പിന്നിലെ യുക്തി

സൗരയൂഥത്തിലെ മറ്റു ഗ്രഹങ്ങളിലും അവയുടെ ഉപഗ്രഹങ്ങളിലും അതുപോലെ സൗരയൂഥത്തിനപ്പുറവും ജീവനുണ്ട് എന്നതിന് നമുക്ക് നേരിട്ട് ഒരു തെളിവുമില്ല. എങ്കിലും അവിടങ്ങളിൽജീവനുണ്ടാകാം എന്ന് ചിന്തിപ്പിക്കുവാൻ പ്രേരിപ്പിക്കുന്ന ചില ഘടകങ്ങളുണ്ട്.ഇതുവരെവായിച്ചെടുത്ത അറിവുകളെ നമുക്കൊന്ന് വിശകലനം ചെയ്തു കാത്തിരിപ്പിനു പിന്നിലെ യുക്തി ചിന്തകൾ ഏതൊക്കെയെന്ന് നമുക്ക് പരിശോധിക്കാം.

തീവ്രപ്രതിസന്ധികളെ അതിജീവിക്കാൻ കഴിയുന്ന അല്ലെങ്കിൽ അതികഠിനസാഹചര്യപ്രേമികളായ (Extremophiles) സൂക്ഷമജീവികളെക്കുറിച്ച് നേരത്തെ സൂചിപ്പിച്ചിരുന്നല്ലോ. ഇത്തരം സൂക്ഷമജീവികൾ അഗ്നിപർവതവിടവിനുള്ളിൽപോലും കണ്ടെത്തിയിട്ടുണ്ട്. ഏതു പ്രതികൂല കാലാവസ്ഥയേയും തരണം ചെയ്യാൻ കഴിവുള്ള ജലക്കരടികൾ (tardigrade) എന്നറിയപ്പെടുന്ന സൂക്ഷമ ജീവികൾ സൂര്യൻ നിലനിൽക്കുന്നിടത്തോളം കാലം ഭൂമിയിൽ അതിജീവിക്കും എന്ന് ഗവേഷകർ കരുതുന്നു. എട്ട് കാലുകളുള്ള ഇവയുടെ വലുപ്പം എത്രയെന്നോ? അരമില്ലീമീറ്റർ മാത്രം. ക്ഷുദ്രഗ്രഹങ്ങൾ ഭൂമിയിൽ ഇടിച്ചാൽ ജീവികൾക്ക് വംശനാശം സംഭവിക്കും എന്ന് ദിനോസറുകളുടെ ചരിത്രം തെളിയിക്കുന്നു. എന്നാൽ ജലക്കരടികൾക്ക് അതൊന്നും ഒരു പ്രശ്നമല്ലെന്ന് ശാസ്ത്രജ്ഞർ പറയുന്നു. ജലക്കരടികൾ പോലുള്ള എക്സ്ട്രിമോഫൈലുകൾ നമുക്ക് പ്രതീക്ഷ നൽകുന്ന കാര്യമല്ലേ? ഇതുപോലെയുള്ള ജീവികൾ മറ്റു ഗ്രഹങ്ങളിലും ഉപഗ്രഹങ്ങളിലും ബഹിരാകാശത്തെ മറ്റ് ഇടങ്ങളിലും ഉണ്ടാകാമല്ലോ.

മൂലകങ്ങൾ വഴിയുള്ള രാസപ്രവർത്തനം ചില അനുകൂല സാഹചര്യങ്ങളിൽ നടക്കുമ്പോൾ ജീവന്റെ പ്രോട്ടീൻമണി ഉണ്ടാകുമെന്ന് നിങ്ങൾ മനസിലാക്കിയല്ലോ. ഭൂമിയിൽ ജീവനുണ്ടായത് അത്തരമൊരു സന്ദർഭത്തിലാണെന്നാണല്ലോ ഒരനുമാനം. ഇത്തരം ഒരു പ്രക്രിയ മറ്റു ഗ്രഹങ്ങളിലും ഉപഗ്രഹങ്ങളിലും

സംഭവിച്ചുകൂടേ? പ്രോട്ടീൻ മണിയുടെ രൂപീകരണത്തിന് അനുകൂലമായി നിൽക്കുന്ന ഇടങ്ങൾ പ്രപഞ്ചത്തിലുണ്ടെന്ന കാര്യം നമ്മൾ കണ്ടല്ലോ. ഇക്കാര്യം നമുക്ക് പ്രതീക്ഷ നൽകുന്നതാണല്ലോ.

മറ്റൊരു കാര്യം സൗരയൂഥത്തിന് പുറത്ത് നക്ഷത്രങ്ങളെ ചുറ്റുന്ന ഭൂമിക്കു സമാനമായ ഗ്രഹങ്ങളെ കണ്ടെത്തിയിട്ടുണ്ട് എന്നുള്ളതാണ്. ഇവയെ എക്സോപ്ലാനിറ്റ് (Exoplanet) എന്നാണ് വിളിക്കുന്നത്. ഇത്തരത്തിലുള്ള അമ്പതോളം ഗ്രഹങ്ങളെ കണ്ടെത്തിയിട്ടുണ്ട്. ജീവന്റെ സാഹചര്യം അവിടെയുണ്ടോ? അന്വേഷണം തുടരുകയാണ്.

പ്രപഞ്ചത്തിലെ മറ്റേതോ ഇടത്തിൽ നിന്ന് ഉൽക്കകൾ വഴി ഭൂമിയിൽ വീണ ജീവകണികളിൽ നിന്നുണ്ടായതാകാം ഭൂമിയിലെ ജീവജാലങ്ങൾ എന്ന സിദ്ധാന്തവും നിലനിൽക്കുന്നുണ്ടല്ലോ. ആസ്ട്രേലിയയിലെ മർച്ചിസൺ എന്ന സ്ഥലത്തു പതിച്ച ഉൾക്കാശില ഉയർത്തുന്ന ചോദ്യങ്ങൾ നേരത്തേ നമ്മൾ ചർച്ച ചെയ്തിട്ടുണ്ട്. ഇത് സൂചിപ്പിക്കുന്നത് പ്രപഞ്ചത്തിൽ മറ്റിടങ്ങളിൽ ജീവന്റെ സാന്നിദ്ധ്യം ഉണ്ടാകാം എന്നല്ലേ?

സമുദ്രങ്ങളും തടാകങ്ങളും പലതരം ജീവികളുടെ സംരക്ഷണ കേന്ദ്രമാണെന്ന് നമുക്കറിയാം. ഭൂമിയിൽ ജീവൻ ഉടലെടുത്തത് ജലത്തിലാണെന്ന് അനുമാനിക്കുന്നു. സമുദ്രങ്ങളും തടാകങ്ങളും സൗരയൂഥത്തിലെ ഗ്രഹങ്ങളിൽ സാധാരണമാണെന്ന് ബഹിരാകാശ ഗവേഷണഫലം തെളിയിക്കുന്നു. ചൊവ്വയിലും ശനിയുടേയും വ്യാഴത്തിന്റേയും ചില ഉപഗ്രഹങ്ങളിലുമൊക്കെ ഉപരിതലത്തിനു താഴെ ആഴത്തിൽ തണുത്തുറഞ്ഞ സമുദ്രം കണ്ടെത്തിയിട്ടുണ്ടല്ലോ. അവിടെയും ജീവന്റെ സാനിദ്ധ്യം തള്ളിക്കളയാനാകില്ല.

പ്രപഞ്ചത്തിലെവിടെയും ജീവനുണ്ടാകാം എന്ന പ്രതീക്ഷ നിലനിർത്തുന്ന ഒന്നാണ് കാർബണിന്റെ സാന്നിദ്ധ്യം. കാർബൺ ജീവന്റെ അടിസ്ഥാന മൂലകമാണല്ലോ. കാർബൺ നക്ഷത്രങ്ങളിൽ നിർമ്മിക്കപ്പെടുന്ന കാര്യം നമ്മൾ നേരത്തെ ചർച്ച ചെയ്തിട്ടുണ്ട്.

പ്രപഞ്ചത്തിലെ മറ്റിടങ്ങളിൽ ജീവന്റെ സാന്നിദ്ധ്യത്തിന് പ്രതീക്ഷ നൽകുന്ന മറ്റൊരു ആശയമാണ് പരിണാമ സിദ്ധാന്തം. പരിണാമത്തിന് ആധാരമായ ഘടകങ്ങൾ നിലനിൽക്കുന്ന

ഇടങ്ങളിൽ ഭൂമിയിൽ കാണുന്ന പോലെ പിടിച്ചുനിൽക്കാൻ ശക്തിയും പ്രാപ്തിയും കൈവരിച്ച ജൈവവൈവിധ്യം നില നില്ക്കാമല്ലോ?

നമ്മൾ കാത്തിരിക്കുന്ന ഭൂമിക്കുമപ്പുറമുള്ള ജീവി ആരാകാം? ചിലർ ഭാവനയിൽ കാണുന്നത് സൂക്ഷ്മജീവികളെയാണ്. ചിലർ കുറെക്കൂടി ഉയർന്ന വിചിത്ര ജീവികളെ പ്രതീക്ഷിക്കുന്നു. നിങ്ങ ളുടെ പ്രതീക്ഷ എന്താണ്? ഒന്നു ഭാവനയിൽ കണ്ടുനോക്കൂ. ഇനി ചിത്രീകരിക്കൂ. ആ ജീവിക്ക് നിങ്ങളോട് എന്തായിരിക്കും പറയാനുണ്ടായിരിക്കുക. കൂട്ടുകാരുമായി നിങ്ങളുടെ ചിന്തകൾ പങ്കിടൂ.

നാളത്തെ വാർത്ത

നമ്മൾ ചർച്ച തുടങ്ങിയത് സഹവാസക്യാമ്പിൽ നിന്നായി രുന്നല്ലോ. സഹവാസക്യാമ്പിൽ പ്രപഞ്ച വിശേഷങ്ങളുമായി ബന്ധപ്പെട്ട് കൂട്ടുകാർ നാളത്തെ വാർത്തകളും എഴുതി തയ്യാറാക്കി അവതരിപ്പിച്ചിരുന്നു. എല്ലാവരുടേയും ശ്രദ്ധപിടിച്ചു പറ്റിക്കൊണ്ട് ശിവാനി നാളത്തെ വാർത്ത വായിച്ചു

"കാത്തിരിപ്പിനൊടുവിൽ അതു സംഭവിച്ചു.
നമ്മൾ ഒറ്റയ്ക്കല്ല. സൗരയൂഥത്തിനുമപ്പുറം ജീവികൾ.
ലോകമെങ്ങും ആനന്ദനൃത്തം.
ജീവികളെ കണ്ടത് 200 പ്രകാശ വർഷങ്ങൾക്കുമപ്പുറമുള്ള ഗാലക്സിയിൽ.
സിഗ്നലുകൾ ഭൂമിയിലേക്ക്.
സ്വയം ഡീകോഡ് ചെയ്യുന്ന സിഗ്നലുകൾ
ദൃശ്യ-ശ്രാവ്യ ചിത്രങ്ങൾ, വീഡിയോകൾ
കൈയും കാലും തലയുമുണ്ടെങ്കിലും
രൂപത്തിൽ മനുഷ്യനുമായി വ്യത്യാസങ്ങളുണ്ട്.
ജീവജാലങ്ങൾക്കും വ്യത്യാസങ്ങൾ
ശിശുസൗഹൃദമായ ഗ്രഹമാണത്
എവിടെയും കുട്ടികൾക്ക് പ്രാധാന്യം
എങ്ങും സൗഹൃദം തുളുമ്പുന്ന ഗ്രഹം
രാജ്യങ്ങളോ ഭരണകൂടങ്ങളോ ഇല്ലാത്ത ഗ്രഹം
മലിനപ്പെടാത്ത ഗ്രഹം.
മതങ്ങളില്ലാത്ത ഗ്രഹം."
വാർത്തകേട്ട് കുട്ടികളുടെ നിലയ്ക്കാത്ത കൈയടി.

9 789386 637338

Printed by Libri Plureos GmbH in Hamburg,
Germany